माझी आई

(विविध क्षेत्रांतील मान्यवरांची मातृगाथा)

AA000674

सकाळ प्रकाशन

माझी आई

© संबंधित लेखकांच्या स्वाधीन

प्रथम आवृत्ती : जून २०१७

द्वितीय आवृत्ती : ऑक्टोबर २०२२

अक्षरजुळणी व मांडणी : विकास प्रिंटिंग अँण्ड कॅरिअर्स प्रा. लि.

मुखपृष्ठ व मांडणी संकल्पना : मधुमिता शिंदे, पुणे

प्रकाशक

सकाळ पेपर्स प्रा.लि.

५९५, बुधवार पेठ, पुणे ४११ ००२

ISBN No.978-93-86204-53-0

अधिक माहितीकरिता

संपर्क - ०२०-२४४० ५६७८/८८८८८ ४९०५०

sakalprakashan@esakal.com

मनोगत

माता, आई हा प्रत्येकाचाच जिव्हाळ्याचा विषय आहे. एक स्त्री बहीण, प्रेयसी, पत्नी, मुलगी, सहकारी अशा अनेकविध नात्यांनी आपल्याशी जोडली जाते. प्रत्येक नात्याचा गोडवा वेगळा... पण मुळाशी असलेली भावना मात्र एकच, मातृत्वाची ! स्त्रीमध्ये निसर्गतःच असलेली ही मातृत्वाची भावना तिचे वैशिष्ट्यही आहे आणि तिची शक्तीही. कारण मूल नुसते जन्माला घालून तिची जबाबदारी पूर्ण होत नाही. नाळ तोडल्यावर मूल वेगळे होते, पण आई मात्र मुलाशी एका अनामिक नाळेने जीवनभरासाठी जोडली जाते.

बाळाचे संगोपन आणि विकास घडवणारी आई स्वतःच प्रत्येक क्षणाला घडत जाते... विकसित होत जाते. मातृत्व क्षणिक नसते. रोपाला सातत्याने पाणी घालून, निगराणी करीत ते वाढवावे, तसे हे सातत्याने व जागरूकपणे करावे लागते. त्यामुळे सध्या अनेक तरुणींच्या मनात आपल्याला मातृत्वाची जबाबदारी झेपेल का, आपले करिअर आणि मातृत्व हे एकमेकांच्या आड तर येणार नाही ना, अशी शंका घर करताना दिसत आहे. याउलट, ज्यांनी ही जबाबदारी स्वीकारली आहे, त्यापैकी कित्येक स्त्रिया बाळाच्या कल्याणाची जबाबदारी सर्वस्वी माझीच, मीच सगळे केले पाहिजे आणि तेही सर्वोत्तम पद्धतीने, असा विपरीत ताण घेताना दिसतात. परिणामी, सुपरवुमन होण्याची धडपड अनेक स्त्रियांच्या शारीरिक व मानसिक आरोग्यावर विपरीत परिणाम करत आहे.

या पार्श्वभूमीवर 'माझी आई' हे पुस्तक महत्त्वाचे ठरते. श्री. द. मा. मिरासदार, डॉ. जयंत नारळीकर, डॉ. प्रकाश आमटे, श्री. शि. द. फडणीस, डॉ. यशवंत मनोहर यांसारख्या दिग्गजांचे जुन्या काळातील एकत्र कुटुंबातील जाणते बालपण, त्यांच्या आईची सजगवृत्ती, त्यांनी घेतलेले कष्ट यांचे प्रत्ययकारी चित्रण तरुण पिढीला निश्चितच मार्गदर्शक ठरणारे आहे. त्याचबरोबर सचिन तेंडुलकर, सोनाली कुलकर्णी, महेश काळे, सखी गोखले, आर्या आंबेकर यांसारख्या तरुण पिढीतील सेलिब्रिटी प्रतिनिधींनी केलेले आईचे चित्रण तरुण पिढीची मातृत्वाकडे पाहण्याची प्रगल्भ दृष्टी स्पष्ट करणारे आहे. डॉ. नारळीकरांसारखा शास्त्रज्ञ घडवणाऱ्या आईमधील चौकस बुद्धी, बाबा

आमटे यांचा वारसा समर्थपणे पुढे नेणाऱ्या मुलांची तितकीच समर्थ आई, एकत्र कुटुंबाची जबाबदारी एकहाती पेलणारी शि. द. फडणीस यांची माता, महान क्रिकेटपटू घडवण्याच्या प्रक्रियेत सचिन तेंडुलकर यांच्या आई-वडिलांनी दिलेले नि:स्वार्थ योगदान आणि केलेला त्याग, पुस्तकातील प्रत्येक लेखातून घडणारे असे मातृत्वाचे हे विविधरंगी दर्शन मनाला थक्क करून टाकणारे आहे. या साऱ्यांनी फक्त त्यांच्या मुलांच्या कल्याणाचाच विचार केला नाही, तर मुलांचे मित्र, नातेवाईक हा सारा गोतावळाही सांभाळला. त्यांच्या जीवनात आलेले चढउतार त्यांनी सोसले.

एवढे सोसूनही या माता कडवट झालेल्या दिसत नाहीत, उलटपक्षी, त्यांपैकी काही मातांनी स्वत:च्या अपत्याइतकीच समाजातील इतर गरजूंवरही मायेची सावली धरलेली दिसते. मुलांना उंच आकाशात उडता यावे, त्यांनी निवडलेल्या क्षेत्रात त्यांना पुढे जाता यावे, यासाठी रुढी परंपरांना छेद देतानाही काही माता दिसतात. आपल्या कर्तृत्वाच्या छायेत मुलाची वाढ खुंटू नये, यासाठी सजग राहणाऱ्या मातांचे कणखरपण हे देखील या पुस्तकाचे आणखी एक वैशिष्ट्य म्हणता येईल.

या पुस्तकात समाविष्ट सर्वच लेखक आपापल्या क्षेत्रातील नामवंत आहेत. या स्थानी पोचण्यासाठी त्यांनी स्वत: घेतलेले कष्ट तर आहेतच, त्याचबरोबर कुटुंबाने, विशेषत: आईने दिलेला पाठिंबा, आधार आणि शुभेच्छा आहेत. हे ऋण प्रत्येकानेच येथे कृतज्ञतापूर्वक मान्य केले आहे. या पुस्तकातून व्यक्त होणारा तीन पिढ्यांच्या मातृगाथेचा आढावा घेतला तर काय दिसते ? प्रत्येक पिढीचे म्हणून काही ताण होते, आहेत. आचारांची, विचारांची विशिष्ट पद्धती होती. त्याच पद्धतीने यांपैकी प्रत्येक आईने आपापल्या मुलांना वाढवले, मुलांना खंबीर आधार दिला, यशात आणि अपयशात त्यांची सोबत केली, पाठीवर सांत्वनाचा हात ठेवला.

आपल्या मुलांचे संगोपन चांगल्या पद्धतीने व्हावे आणि त्यांचा उत्कर्ष व्हावा, हे प्रत्येक मातेचे स्वप्न असते. बाळाला कशा पद्धतीने वाढवायचे, याबाबत प्रत्येक आईचे, कुटुंबाचे काही विचार असतात आणि त्याच पद्धतीने ती बाळाला मोठे करते. तिच्या पूर्वसमजुती, शिक्षण, आसपासचे वातावरण व लोक यांचा प्रभाव तिच्या विचारांवर असतो. अमूक एकाच पद्धतीने वाढवले, तर मूल नक्की मोठे, यशस्वी होणार, अशा कोणत्याही मार्गदर्शक गोष्टी किंवा गुरुकिल्ली आईकडे नसते. पण तरीही ती तनमनधन देऊन मुलांचे संगोपन करते, संस्कार देते. या पुस्तकात समाविष्ट प्रत्येक लेखामध्ये मुलांवर कृतीतून संस्कार करणारी, त्यांच्यासाठी खस्ता खाणारी

आणि तरीही त्या बदल्यात कोणतीही अपेक्षा न ठेवणारी आई आहे, आणि हेच आईपणाचे सर्वांत मोठे वैशिष्ट्य आहे.

पण कित्येकदा मुलांना आईवडिलांनी केलेला त्याग, निःस्वार्थ प्रेम लक्षात येत नाही. अनेकदा वडीलधारी मंडळी तरुण मुलांना / मुलींना सांगतात, की आम्ही जे म्हणतो, ते तुम्हाला आईबाप झाल्यावरच कळेल. आईवडिलांचे अनुभवावर आधारित ज्ञान आणि त्यांच्या सदिच्छांची किंमत ठेवणारी मुलेच आयुष्यात खऱ्या अर्थाने यशस्वी होतात. या पुस्तकातील सर्वच नामवंतांच्या वागण्याबोलण्यातून व्यक्त होणारे आईविषयीचे प्रेम आणि आदर त्यांनी त्यांच्या आईला दिलेली सर्वांत मोठी भेट आहे. आपण केलेल्या कष्टांची जाणीव मुलांनी ठेवावी, ही एखाद्या आईची एकमेव अपेक्षा जेव्हा पूर्ण होते, तेव्हा त्या आईच्या चेहऱ्यावर झळकणाऱ्या समाधानाची व आनंदाची सर जगातील कोणत्याही आनंदाला येणार नाही.

असे म्हणतात, की मुलगा शिकला तर त्याची प्रगती होते, पण मुलगी शिकली तर संपूर्ण कुटुंबाची प्रगती घडवते. स्त्रीमधील ही सर्वसमावेशकता तिच्या, कुटुंबाच्या व पर्यायाने समाजाच्या प्रगतीला उपकारक ठरते. याचमुळे स्त्रिया जितक्या सक्षम होतील, तितकी समाजाची अधिकाधिक उन्नती होईल, यात तीळमात्रही शंका नाही. मातृत्व शक्तीचे विधायक, मंगलकारी रूप या पुस्तकामधून आपल्यासमोर आले आहे. या प्रयत्नांतून अनेकांना स्फूर्ती मिळेल, असा विश्वास वाटतो.

प्रतापराव पवार

अध्यक्ष, सकाळ माध्यम समूह

। माझी आई ।

अनुक्रमणिका

माझी आई – मनुताई

द. मा. मिरासदार, ज्येष्ठ साहित्यिक,
माजी संमेलनाध्यक्ष -
अखिल भारतीय मराठी साहित्य संमेलन

मी लहानपणी पाहिलेली आई अजून माझ्या डोळ्यांसमोर आहे. गोरीपान, रसरशीत मुद्रा, सरळ पातळ नाक, शेलाटा बांधा, प्रौढ वय झाले तरी काळाभोर राहिलेला केशकलाप. आई आणि वडील दोघेही रूपाने सुबक, देखणे. तसेच रूप आणि गोरेपणा आम्हा नऊ भावंडांपैकी कोणालाच पूर्णपणे लाभला नाही. असे पातळ व सरळ नाक तर कोणाच्याच वाट्याला आले नाही. मला आठवत नाही, पण तरुणपणी आमची आई सुरेखच दिसत असली पाहिजे.

आईचे माहेर आणि सासर दोन्हीही एकाच गावी, एकाच आळीत आणि अगदी घराशेजारी घर. पुणे जिल्हा आणि सोलापूर जिल्हा यांच्या सीमेवर नीरा नदीच्या काठचे अकलूज हे आमचे गाव. तिथले कुलकर्णी हे माझे आजोबा. या अकलूजकर कुलकर्णींचा मोठा वाडा आहे. अनेक भाऊबंद, अनेक घरे आहेत. माझे आजोबा

म्हणजे माझ्या आईचे वडील हे जुन्या पिढीतील वकील. त्या भागात त्यांचे नाव चांगले होते. त्यांनी कोल्हापूरकडची कागल भागातली मुलगी केली. तिला दोन अपत्ये झाली, एक थोरले मामा आणि दुसरी आमची आई. आईच्या अगदी लहानपणीच तिची आई देवाघरी गेली. आईला आपली आई आठवत सुद्धा नाही. काही थोडी वर्षे ती कागलला असावी. मग आजोबांनी घरी आणले. घरी म्हणजे अकलूजला. त्यांच्या घराला लागूनच आमचे मिरासदारांचे घर. अगदी काटकोनात पायरी लागलेली. त्यांच्या घराच्या पुढची बाजू ती आमच्या घराच्या मागची बाजू. काही पूर्वीचे नातेही आमचे असावे. देशस्थात ते असतेच. या घरातली मुलगी त्या शेजारच्या घरात गेली. लग्न झाल्याने एवढाच फरक पडला. मुलगी पंचक्रोशीतच द्यावी, असा पूर्वीचा संकेत होता. आईच्या बाबतीत पंचक्रोशी कसली, पंचपदातच सर्व काही घडले.

माझा जन्म अकलूजचा आणि वयाच्या आठव्या वर्षापर्यंत मी अकलूजलाच वाढलो. पुढे पंढरपूर. लहानपणीच्या सगळ्याच गोष्टी आता आठवत नाहीत. पण काही अजून चांगल्या आठवतात. पोहरा आणि कळशी घेऊन अनवाणी पायांनी आडावर पाणी आणायला निघालेली. चवसाच्या विहिरीतील गोडे पाणी आणण्यासाठी अशीच घागर आणि पोहरा घेऊन निघालेली आई आठवते. पोहऱ्यात एकदा शिळी भाकरी आणि कोरडी चटणी, तेल असे चटका लावणारे पदार्थ मला दिसले होते. विहिरीवर जाऊन ही सासुरवाशीण तेथे इतर आयाबायांबरोबर आपली न्याहारी करीत असावी. घरच्या गाईंची धार काढणारी आईही अजून मला आठवते. पितळेच्या तांब्यात किंवा ग्लासात धारोष्ण दूध घालून ते आम्हाला प्यायला देणारी आई अजून चांगली आठवते. पंढरपूरला माझी आजी कॉलरा होऊन गेली. तिला नेत असताना 'सासूबाई, तुम्ही कुठं चाललात? आता या दत्ताला गोष्टी कोण सांगेल?' असे मोठ्यांदा म्हणून आक्रोश करणारी आईही अजून माझ्या डोळ्यासमोर आहे. त्यानंतर तीनच महिन्यांनी आजोबा पाण्यात बुडून गेले. वडिलांचे मातापित्याचे छत्र बघता बघता नाहीसे झाले. त्यावेळी ते खूप रडत होते. मोठी माणसे त्यांची समजूत घालत होती. आईच्या मांडीवर निजून मी तो वडिलांचा शोकावेग ऐकत होतो. पहात होतो. आईच्याही डोळ्यांतून एकसारखे पाणी ओघळत होते. हे सगळे सगळे अजून आठवते.

आईचे माहेरचे नाव मनुताई आणि सासरचे नाव राधा. जुन्या पिढीत दोन्ही घरची नावे इतकी गोड क्वचितच असतील. पण राधा हे फक्त कागदोपत्री असलेले नाव.

अधून मधून मंगल कार्यालयाची छापील निमंत्रण पत्रिका निघायची आणि तिच्यात सौ. राधाबाई इ. इ. असे नाव असायचे. एरवी रूढ नाव म्हणजे मनुताई. लहानपणी काहीजणांच्या दृष्टीने मी मारुतरावांचा पोरगा होतो, तर काहीजणांच्या दृष्टीने मनुताईचा मुलगा होतो. आम्हा सगळ्या भावंडांची अशीच ओळख बाकीच्यांना होती. तशी आम्ही नऊ भावंडे. सहा भाऊ आणि तीन बहिणी. आज हा आकडा फारच मोठा वाटतो. पण जुन्या काळात आणि लहान गावात घरोघरी अशीच संख्या असे. दोन भावंडांत दीड दोन वर्षांचे अंतर. पातेल्यात पातेले असा एखादा भांड्यांचा सेट असतो, तसा घरोघर मुलांचा सेट असायचा. आमच्या घरीही हीच परिस्थिती होती. इतक्या सगळ्या मुलांचे शिक्षण वडिलांनी कसे केले, याचे आज आश्चर्य वाटते. त्यातही आश्चर्य इतक्या सगळ्या मुलांचे संगोपन आईने कसे केले असेल, याचे. एक मूल पाळण्यात, एक हळूहळू धावणारे आणि एक हळूहळू चालणारे इतके सगळे सांभाळून घरातील गृहिणीने घरातील स्वयंपाकपाणी -धुणी हे सगळे सांभाळायचे. इकडे स्वयंपाकाचा पसारा आणि तिकडे पाळण्यातील मुलाचे रडणे. मला आठवते, अशा वेळी आई आम्हा थोरल्या भावंडांना अफूची गोळी आणायला पाठवी. बारीकशी कातगोळीएवढी गोळी किरकिरणाऱ्या मुलाला दुधातून दिली, की ते मूल दोनतीन तास शांत झोपी जाई. तोपर्यंत आईला स्वयंपाक, उष्टीखरकटी काढणे, हा उद्योग आटोपत असे. दिवसभर कामाचा रगाडा आणि लहान पोरांची दुखणी खुपणी यातच घरातली आई गुरफटलेली असे. माझी आईही त्याला अपवाद नव्हती. तिने खूप कष्ट उपसले.

वडिलांच्या वकिलीच्या निमित्ताने आम्ही पंढरपूरला स्थायिक झालो. संसाराचा पसारा वाढत गेला. वडिलांचे वकिलीतील उत्पन्न मध्यम होते. पण शेतीतील उत्पन्नाची त्याला जोड द्यावी लागे. म्हणजे कसाबसा ताळमेळ जमे. दहाबारा माणसांचा गाडा एका माणसाने ओढायचा म्हटले तर ओढाताण होणारच. आम्ही आपले खाऊनपिऊन सुखी या सदरातले. घरात शिल्लक कधी टाकता आले नाही. सोनेनाणे, फर्निचर, खूप कपडलत्ते, स्वतःचे घरदार असले कधी करता आले नाही. पण खायलाप्यायला कधी कमी पडले नाही. आईने खूप कष्ट करून, काटकसरीने संसार केला. हा जड गाडा ओढायला आपल्या परीने खूप मदत केली. दागदागिने, भांडीकुंडी, कपडेलत्ते, यांची हौस बायकांना फार असते. किंबहुना तेच त्यांचे जग असते. वडिलांना ही हौस फारशी पुरवता आली नाही. पण आईने त्याबद्दल कधी फार कुरकुरही केलेली आठवत नाही. इकडेतिकडे काहीतरी करून ती चार पैसे

साठवी. भाऊबिजेचे पैसे जपून ठेवी आणि एखादा डबा, भांडी, पातेले, असले काही विकत घेई. पुढे विषय निघाला की आई म्हणत असे, की तुमच्या वडिलांनी यातलं काही केलं नाही. ही सगळी भांडीकुंडी, डबा न् डबा मी आणलेला आहे.

अशा या ओढाताणीच्या संसारातही आई सुग्रणपणे सगळे करीत असे. शाळेतून घरी आले की, आम्हा भावंडांना खायला काहीतरी हवे असे. नुसत्या दोन वेळच्या जेवणाने भागत नसे. मग ज्वारी भिजवून भट्टीवरून त्याच्या लाह्या करून आणणे, साध्या लाह्या, तिखटमिठाच्या लाह्या, लाह्याचे पीठ, असले अनंत पदार्थ करणे, कधी तांबड्या भोपळ्याच्या पुऱ्या तर कधी धिरडी, त्यातल्या त्यात करता येण्याजोगे सगळे पदार्थ, तेही चविष्ट करून आमची तोंडे अक्षरशः बंद करणे हा उद्योग तिला सतत करावा लागे आणि वर्षानुवर्षे तिने तो केला. पुरणाच्या पोळ्या असोत किंवा गुळाच्या करंज्या असेत, नाहीतर बेसनाचे लाडू असोत, तिच्या सगळ्याच पदार्थांना छानछान चव असे. ती चव त्यावेळी आम्हाला पुरेशी कळत नसे. पण नात्यागोत्यातली माणसे म्हणत, 'मनुताई फार सुग्रण आहे. तिचे करणे म्हणजे काय...' हे सगळे ऐकले म्हणजे आपल्या आईच्या ठिकाणी काही नावाजण्याजोगे काही गुण आहेत, हे आमच्या लक्षात येत असे.

संसारात नवराबायकोचे स्वभाव क्वचितच सारखे असतात. अनेक वेळा परस्परविरोधी असतात. ते एकमेकांना पूरकही ठरतात. मला तर वाटते, सारखेपणापेक्षा वेगळेपणामुळे संसारात गोडी जास्त येते. आमचे वडील फार शांत आणि सज्जन. आपण बरे की आपले काम बरे, अशा वृत्तीचे. आई संतापी, तापट, आणि काही वेळेस हट्टी सुद्धा. पण त्यांचा संसार सुखाचा आणि एकंदरीत समाधानाचा झाला. त्याचे श्रेय दोघांनाही दिले पाहिजे. वडिलांना आईच्या तापटपणाचा त्रास झालाही असेल, नाही असे नाही, पण शांत वृत्तीने त्यांनी ते निभावून नेले. तसेच, जुन्या वळणाचा पतिव्रताधर्म आईने कधी सोडला नाही. वडिलांशी कधी भांडण काढले नाही. घरात आईवडिलांचे भांडण ही गोष्ट मला कधी आठवत नाही.

माझे वडील तसे जुन्या वळणाचे. धार्मिक, धोपटमार्ग न सोडणारे. पण तरी ते पुरुष होते, वकील होते. नव्या विचारांचा स्पर्श त्यांना थोडा फार तरी झालेला होता. ते धार्मिक कृत्ये करीत, रूढी पाळत, पण कर्मकांड त्यांना फारसे प्रिय नव्हते. त्याचा त्यांना कंटाळाच होता. पण आयाबायांच्या जगात तेही पंढरपूरसारख्या सनातनी जुनाट गावात नवे विचार येणे अशक्य होते. आई निष्ठेने वडिलांच्या उष्ट्या ताटातच

जेवायला बसे. सगळी व्रतवैकल्ये करी, निरनिराळ्या उपवासांची तर रांग लागलेली असे. स्नान केल्यानंतर व्यंकटेशस्तोत्र म्हणणे तिचे कधी चुकत नसे. पोथिनिष्ठा, अंधश्रद्धा, परंपराप्रिय वृत्ती हेच तिच्या भोवतीच्या जगाचे विशेष होते. तेच तिचेही विशेष होते.

पंढरपूरच्या पांडुरंगाच्या मंदिरात अस्पृश्यांना प्रवेश मिळावा, म्हणून सानेगुरुजींनी मोठी चळवळ केली. प्राणांतिक उपोषण केले आणि अस्पृश्यांना मंदिरात प्रवेश मिळाला. हे सगळे योग्य आणि कालोचित झाले. पण शेकडो सनातनी मंडळींप्रमाणेच आईलाही ते पटले नाही. हे काहीतरी विपरीत, धर्मबाह्य घडले असेच तिला मनापासून वाटले. रोजच्या रोज देवळात जाऊन विठोबाचे दर्शन घेणारी आई त्या दिवसापासून देवळात जाईनाशी झाली. कुठल्या तरी शास्त्र्याच्या घरी विठोबाचे तेज काढून ठेवलेली घागर होती. तेथे ती दर्शनासाठी जाऊ लागली. आम्ही तरुण मुलांनी त्यावेळी तिला समजावून सांगितले. हे सगळे बरोबर नाही, म्हणून तिला गोष्टी पटवून देण्याचा प्रयत्न केला. पण तिला ते पटले नाही. कित्येक महिने ती देवळात गेली नाही. पुढे वारकरी पंथातील मोठमोठी मंडळी हळूहळू देवळात जाऊ लागली. आज हे महाराज गेले, उद्या ते महाराज गेले, असे तिने ऐकल्यावर मात्र तिच्या मनाची थोडी चलबिचल झाली. अशी काही वर्षे गेली. पुढे घरात मंगल कार्य निघाले. निमंत्रण पत्रिका छापल्या. पंढरपूरच्या पद्धतीप्रमाणे पहिली अक्षत पांडुरंगाला द्यायची, वडिलांनी पोषाख करून तयारी केली आणि थोड्याशा रागाने म्हटले, ''आता आज तरी देवाला अक्षत द्यायला देवळात येणार की नाही? का मी एकटाच जाऊन अक्षत देऊन येऊ?'' मग आईला काय वाटले कोण जाणे... तिनेही नवे लुगडे बाहेर काढले. नथ घातली आणि वडिलांबरोबर जाऊन देवाला अक्षत दिली. तेव्हापासून तिचा विरोध संपला.

आई विचाराने सनातनी असली तरी माणुसकीला पारखी कधीच झाली नाही. घरातील भांडी घासायला येणारी मोलकरीण, फुले टाकणारी माळीण, शेण टाकणारी वडरीण या सगळ्यांचे सुखदु:ख तिला मोलाचे वाटे. शक्य असेल ती मदत ती त्यांना करी. माहितीतल्या गोरगरीबांना ती काही ना काही देऊन टाकी. पैशाची मदत करणे तिला शक्य नव्हते, पण भुकेल्याला खाऊ घालणे, जुना कपडालत्ता देणे, आजारी माणसाला पापड, लोणचे पाठवून देणे, असली कामे ती नेहमीच करीत आली. तिच्या भावंडांत सख्खे- सावत्र असा भेद होता. पण तो तिने कधीच मानला नाही. तिने सगळ्यांवर सारखीच माया केली. आमचे अमूक एक मामा सख्खे आहेत, आणि

बाकीचे सगळे सावत्र आहेत, हे कित्येक वर्षे आम्हाला ठाऊक नव्हते. आमच्या घरात तो परकेपणाचा विचार कधीच आला नाही. कोठल्याही घटनेमुळे माणसाला एक आंतरिक सामर्थ्य प्राप्त होते, हे मात्र खरे आहे. आईच्या सगळ्या श्रद्धा जुनाट असतील. आजच्या जगाशी त्या विसंगत असतील, पण त्यामुळेच आयुष्यात तिला एक बळ प्राप्त झाले यात शंका नाही. फार मोठी सोशिकता आणि सहनशीलता तिच्या ठिकाणी होती. म्हातारपण प्राप्त झाल्यावर आई वडील दोघांच्याही डोळ्याला मोतीबिंदू झाले. शस्त्रक्रिया करण्याचे ठरले, त्याप्रमाणे ती झालीही. वडिलांना त्याचा खूप त्रास झाला. डोळे झाकून हालचाल न करता चोवीस तास एका जागी पडून राहणे ही गोष्ट त्यांना फार कठीण वाटली. पण आईने सगळे सहन केले. यत्किंचितही कुरकुर केली नाही. हलायचे नाही, म्हणजे हलायचे नाही. तिची व्रतवैकल्ये - उपासतापास यांनीच तिला ही शक्ती दिली असली पाहिजे.

पुढे पुढे आईवडील खूपच थकले. वडील ऐंशीचा आकडा ओलांडलेले आणि आई पाऊणशेच्या घरात आलेली. पण ती घरातले सगळे करीत होती. रक्तदाबाचा विकार बळावला होता. लहानसहान अप्रिय वार्ताही तिला सहन होत नव्हत्या. मुलानातवंडांच्या काळज्या करणे चालूच होते. त्यांचे भले व्हावे, म्हणून देवदेवतांना नवससायास, ज्योतिषी हे सगळे पूर्वीच्याच भाबडेपणाने चालू होते. ज्या वयात तिने पूर्णपणे विरक्त व्हावे, त्या वयातही तिची प्रपंचातली आसक्ती कमी झाली नव्हती. चांगलेचुंगले खाण्याचे प्रेमही कमी झालेले नव्हते. काय म्हणावे अशा या आईला !

अखंड तेवता नंदादीप

शि. द. फडणीस, *ज्येष्ठ व्यंगचित्रकार*

संध्याकाळची दिवेलागणीची वेळ... समईच्या मंद प्रकाशात देवापुढे बसलेल्या 'काकू' समोर जाऊन पाच वर्षांच्या शिवरामनं म्हणजेच मी विचारलं, 'राम म्हणजे कोण गं?' तेव्हा समईसारख्याच शांत स्वरांत ती म्हणाली, 'शिवबा, राम ठाऊक नाही होय तुला? थांब हं, तुला रामाची गोष्ट सांगते,' असं म्हणत तिनं लयदार आवाजात सांगितलेली रामाची गोष्ट... माझ्या आईची, जिला आम्ही 'काकू' म्हणत असू, तिची मला आठवणारी पहिली आठवण, ती ही!

फडणीस कुटुंब मूळचं बेळगावमधील चिकोडी तालुक्यातील 'भोज' गावचं. मूळ व्यवसाय शेतीचा. माझे वडील, काका आणि त्यांचं भलंमोठं एकत्र कुटुंब होतं. माझे वडील मी चार-पाच वर्षांचा असताना गेले. आम्ही चार भावंडं. मी सगळ्यांत धाकटा. आम्हा सर्वांचा सांभाळ करण्याची जबाबदारी माझ्या काकांनी म्हणजे अण्णांनी उचलली; पण थोड्याच दिवसांत अण्णांच्या पत्नीचंही आकस्मिक निधन झालं आणि अण्णांची पाच आणि आम्ही चार अशा नऊ मुलांचा सांभाळ करण्याची

जबाबदारी काकूवर (माझी आई) येऊन पडली. त्या काळच्या संस्कारांनुसार अण्णांनी व काकूने आपलं - परकं असं कधीच मानलं नाही आणि आम्हालाही कधी मानू दिलं नाही, त्यामुळे सख्खा आणि चुलत असा भेदभाव आमच्या घरात कधीच नव्हता. अण्णा फारसे शिकलेले नव्हते आणि काकूही; पण शिक्षणाचं महत्त्व दोघांनाही चांगलंच ठाऊक होतं. भोजसारख्या खेडेगावात मुलांच्या शिक्षणाची व्यवस्था होणार नाही, हे ओळखून जसजशी मुलं मोठी होतील, तसतसं कोल्हापूरला काकूनं मुलांना घेऊन राहावं, आणि अण्णांनी भोज येथे राहून शेतीचं काम पाहावं, असं ठरलं. त्यानुसार काकू नऊ मुलांना घेऊन कोल्हापूरला राहायला आली.

हे सारं एवढ्या विस्तारानं सांगण्याचं कारण म्हणजे त्या काळात नावापुरतं शिक्षण झालेल्या एका स्त्रीनं मुलांना घेऊन कोल्हापूरला बिऱ्हाड करणं आणि एकटीनं घराचा व्याप सांभाळणं, ही सोपी गोष्ट नव्हती. नऊ मुलांचा सांभाळ, त्यांच्या शिक्षणाची व्यवस्था, आजारपणं, पैपाहुणा या धबडग्यात काकू स्वतंत्रपणे माझ्या वाट्याला फारशी आलीच नाही, मग माझ्या शेजारी येऊन बसणं, गप्पा करणं ही तर लांबची गोष्ट! पण कासवीनं दुरूनच पिलांचं संगोपन करावं, तसं तिचं रोजच्या धबडग्यातही आम्हा नऊ भावंडांकडे लक्ष असे. हा लाडका, तो दूरचा... असा फरक तिच्या मनात कधीच नव्हता. पाठोपाठच्या वयातल्या नऊ जणांना वाढवताना तिचा आवाज कधी चढला नाही आणि स्वरांतली माया कधी उणावली नाही. आता विचार करता आश्चर्य वाटतं, आम्ही जरी फार खोडकर नसलो, तरी आमची कधीतरी एकमेकांशी भांडणं होतच होती, उणीदुणी सांगायला गेलोही असू काकूकडे; पण त्याचा परिणाम तिच्या वागण्याबोलण्यात कधीच दिसला नाही. एखाद्याचं वागणं आवडलं नाही, तर ती फक्त 'असं नका रे करू' एवढंच म्हणायची आणि तेवढंच आम्हाला पुरायचंही! माझ्या सगळ्यांत मोठ्या बहिणीकडे, ताईकडे कपडे धुण्याचं काम असायचं. ती काकूला माझ्याबद्दल तक्रार करायची, की शिवरामचा खिसा दगड, खिळेमोळे, रंगीत काचा, गोट्यांनी भरलेला असतो. त्यावर काकू तितक्याच शांतपणे तिला सांगायची, 'अगं, त्याला लागत असेल ते. बाजूला काढून ठेव.' कोणत्याच गोष्टीवर आवाज न चढवता मोजकी प्रतिक्रिया देण्याची तिची पद्धत आम्हा सर्वांच्याच परिचयाची होती. काकूला काय आवडेल आणि काय आवडणार नाही, हे आम्हाला पक्कं ठाऊक होतं, त्यामुळे तिला न आवडणाऱ्या गोष्टी टाळण्याकडेच आमचा कल असायचा.

आज विचार करता वाटतं, आपल्या पालकांना काय आवडत नाही, हे मुलांना जिथे चांगलंच ठाऊक असतं, त्या ठिकाणी ओळखावं, की मुलांचं संगोपन उत्तमरीत्या होतं आहे.

काकू कायमच कामात असायची. कोल्हापुरातला आमचा वाडा तीन मजली होता; पण काकू कधीच तिसऱ्या मजल्यापर्यंत चढून यायची नाही. तिच्या हाका सुरू असायच्या. मला लहानपणापासूनच चित्रकलेचं वेड होतं. चित्र काढत बसलो, की कशाचंच भान नसायचं. मला तिच्या हाका ऐकूच यायच्या नाहीत. मग मी एक युक्ती केली. गोठ्यातला बैलाच्या गळ्यातली घंटा मी तिसऱ्या मजल्यावर बांधली आणि तिची दोरी स्वयंपाकघरापर्यंत आणली. सुरवातीला सगळ्यांनी माझ्या योजनेची खिल्ली उडवली; पण नंतर कधीतरी काकूने ही घंटा वाजवली आणि त्यानंतर ती वेळोवेळी वाजतच राहिली...

आम्हा नऊ भावंडांसाठी स्वयंपाक करताना काकूला याच्या आवडीचं, त्याच्या आवडीचं असं करायला वेळ नसे. घरात कोणी आजारी असलं, की मात्र काकूचं त्याच्याकडे, त्याच्या खाण्यापिण्याकडे बारीक लक्ष असे. ती जो स्वयंपाक करायची, तो चविष्ट असे. तिच्या हातची ज्वारीची गरमागरम भाकरी आजही आठवते. तिच्या हातचा आणखी एक पदार्थ आठवतो, तो म्हणजे तूप घालून केलेला लाहीच्या पिठाचा लाडू. तिच्या हातच्या लाडूला तोड नव्हती. पुढे जसजसे आम्ही मोठे झालो, तसतशी काकूला थोडी स्वस्थता मिळाली, आणि ती वेगवेगळे पदार्थ करून पाहू लागली. पुढे तर एकदा ती म्हणाली होती, ''मी कधीच मुलांना तुला काय आवडतं, असं विचारलं नाही. त्यांच्या आवडीचं त्यांना रांधून घातलं नाही. मग मी त्यांचं संगोपन नीट केलं ना? मी कधीच मुलांवर ओरडले नाही की एखादी चापटीसुद्धा त्यांना मारली नाही. तरी माझी सगळी मुलं चांगली निपजली.'' तिचं हे समाधान आम्हाला पुढे जाण्याचं बळ देत होतं.

माझी सगळी भावंडं कोल्हापुरातच शिकली; पण मी सगळ्यांत धाकटा असल्यानं आणि चित्रकलेतच पुढचं शिक्षण घेण्याचा माझा विचार असल्याने मी मॅट्रिकनंतर मुंबईला जे जे स्कूल ऑफ आर्ट्समध्ये शिकायला जायचं ठरवलं; पण अण्णांना हे कोण सांगणार? मी अण्णांना पत्र पाठवलं आणि त्यात असंही लिहिलं, की जर तुम्ही मला मुंबईला शिकायला जायला परवानगी दिली नाही, तर मला

पुढे शिकायचंच नाही. त्या काळात चित्रकलेसारख्या विषयात करिअर करण्याचा विचार घरात वडीलधाऱ्यांना पटणं अवघडच होतं; पण हे अवघड काम माझ्या थोरल्या बंधूंनी केलं आणि मी मुंबईला जायला निघालो. त्या वेळी काकूला काय वाटत होतं, हे आठवण्याचा प्रयत्न करूनही आठवत नाही. कारण मनातले विचार व्यक्त करण्याची पद्धतच त्या काळी नव्हती. मात्र एक आठवतं, मी जाताना ती खूप अस्वस्थ होती. त्यानंतर जेव्हा जेव्हा मी कोल्हापूरहून मुंबईला जायला निघे, तेव्हा तिची उलघाल होत असे. आपला मुलगा मुंबईसारख्या महानगरात जातो आहे, कसा राहील, काय खाईल, कोण बघेल त्याच्याकडे, ही चिंता तिला वाटली असेलच; पण ती तिनं कधीच बोलून दाखवली नाही. मग जेव्हा जेव्हा मी कोल्हापूरला यायचो, तेव्हा तेव्हा परत मुंबईला परत जाताना खाऊचे डबे भरून तयार असायचे. कधी कधी तर मुंबईला कोणी जात असेल, त्याच्याकरवीही खाऊचे डबे येत. मुलावरील प्रेम व्यक्त करण्याची त्या काळची ही एकच रीत होती आणि ती काकू निष्ठेनं पाळत होती.

ती धार्मिक होती; पण कर्मठ नव्हती. तिचं सोवळंओवळं असायचं; पण ती ते तिच्यापुरतंच पाळायची. आमच्या घरात उस्मान नावाचा मदतनीस होता, ज्याचा वावर घरभर असे; पण ना कधी त्याला हा प्रश्न पडला, ना आम्हाला, की काकूच्या सोवळ्याओवळ्याच्या संकल्पनेत तो कसा बसतो? उलट, काकूचा मोठा विश्वास होता त्याच्यावर. कोणतीही जोखमीची गोष्ट करायची झाली, की उस्मानचं नाव निघे. पुढं आम्ही वेगवेगळ्या दिशांना पांगल्यावर जेव्हा जेव्हा ती आमच्या घरी येई, तेव्हा ती तिच्या सोवळ्याओवळ्याच्या कल्पनांचा आग्रह ती धरत नसे. 'देवाला सगळं चालतं', असं तिचं नेहमी सांगणं असे. भोजेला किंवा कोल्हापूरला आमच्या घरी केसरी आणि चित्रमयजगत नियमितपणे येत असत. त्यामधील लेखनाचा तिच्यावर झालेला हा संस्कार असावा. आमचं घर धार्मिक होतं, श्रद्धाळू होतं; पण बुवाबाजीला इथं थारा नव्हता. मात्र, संतचरित्रे आणि ग्रंथांना घरी मानाचं स्थान होतं.

तो काळ पारतंत्र्याचा होता. १९४२ च्या लढ्यात काही वेळा भूमिगत कार्यकर्ते आमच्या घराच्या आश्रयाला येत. काकू त्यांचे आगतस्वागत, खाणंपिणं मनापासून सांभाळत असे. 'देशाची सेवा करतायत ते. त्यांच्यासाठी केलं तर ती देशसेवाच आहे,' असं तिचं म्हणणं असायचं.

मुलं मोठी झाली, आपापल्या क्षेत्रांत स्थिरावू लागली. मी जे जे स्कूलमध्ये शिकत असतानाच माझी चित्रं वर्तमानपत्रात प्रसिद्ध होऊ लागली. पुढं महादेवशास्त्री जोशींच्या कथेसाठी आणि त्यातही 'केसरी'मध्ये, माझं चित्र छापून आलेलं पाहून अण्णा आणि काकूला झालेला आनंद अवर्णनीय होता. पुढे माझं लग्न झाल्यावर जेव्हा चित्रांचं पहिलं प्रदर्शन भरवण्याची वेळ आली, तेव्हा मी आणि शकुन रात्रभर प्रदर्शनाची तयारी करत होतो. त्या वेळी काकू माझ्याबरोबर होती. आमची धावपळ बघत बसली होती. तिला विश्रांती घ्यायला सांगितली तर ती म्हणाली, 'अरे, बाकी काही मदत मला नाही करता येत; पण तुमच्या सोबत बसणं तर शक्य आहेना मला!' प्रदर्शनाला मिळालेलं घवघवीत यश आणि वर्तमानपत्रांतून झालेलं कोडकौतुक पाहून तिला खूप आनंद होत होता; पण तो बोलून दाखवणं तिच्या स्वभावात नव्हतं. पुढे माझ्या चित्रांना खूपच लोकप्रियता मिळाली. कोणालाही न बोचणारा, निर्विष विनोद माझ्या चित्रांमधून प्रकट होतो, असं जाणकारांचं म्हणणं होतं. मला वाटतं, काकूची समदृष्टी, भेदभाव न करण्याची वृत्ती आणि समाधानी स्वभाव कळत-नकळतपणे माझ्यात आणि माझ्या कुंचल्यात उतरला असावा...

पुढे शकुननं, माझ्या पत्नीनं तिची काशीयात्रेची इच्छा पूर्ण केली, तेव्हा मात्र तिने तो आनंद बोलून दाखवला. माझ्या सुनेनं माझी इच्छा पूर्ण केली, हा आनंद अधिक होता तिला. शकुन लिहिते, याचंही तिला कौतुक होतं. कोणालाही दुखावणं तिच्या स्वभावातच नव्हतं. आमच्या घरी बऱ्याचदा अंड्याचे पदार्थ बनत. ती ते खात नसे; पण तिनं कधीही त्याबद्दल नाराजी प्रदर्शित केली नाही.

आम्ही लहान असताना तिला कामाच्या धबडग्यातून दिवसन् दिवस घराबाहेर पडता येत नसे. पुढे मात्र ती सवडीनुसार रात्री उशिरा कोणाला तरी सोबत घेऊन अंबाबाईचं दर्शन घ्यायला जाऊ लागली. त्या वेळी डोक्यावर पदर घेऊन लगबगीने चालणारी काकू आजही डोळ्यांसमोर आहे.

'माझी सेवा करायची वेळ कोणावर येऊ नये, असं मरण मला मिळो,' अशी तिची मनापासूनची इच्छा होती. १९७२ मध्ये वयाच्या पंच्याहत्तराव्या वर्षी तिला मरण आलं, तेही असंच... तिची मोठी बहीण आजारी होती. तिला बघायला म्हणून काकू कराडला गेली आणि तिथं स्वतःच आजारी पडली. फक्त दोन दिवसांचं आजारपण... आणि तिथंच ती गेली. त्या वेळी तिची मुलं, सुना, नातवंडं कोणीही

बरोबर नव्हतं. त्याकाळी फोनची सुविधाही आजसारखी उपलब्ध नव्हती. त्यात मावशी आजारी... त्यामुळं ही बातमी कळायलाही उशीर झाला... मला जेव्हा कळलं, की काकू आजारी आहे, तेव्हा मी तिला भेटायला लागलीच कराडला गेलो; पण मला तिचं अंत्यदर्शन घेण्याचीच वेळ आली...

मी चित्रकार; पण काकूचं चित्र काढायचा योग कधी आला नाही. ती देखणी होती; पण त्याचं अप्रूप वाटावं, अशी संधी दैवानं तिला दिली नाही आणि तीही तरुण वयात बसलेला वैधव्याचा धक्का पचवून कुटुंबासाठी खंबीरपणे उभी राहिली. आजही ती माझ्या स्मरणात माजघरातल्या नंदादीपासारखी तेवते आहे....

आईची संस्कारांची शिदोरी

सय्यदभाई, ज्येष्ठ सामाजिक कार्यकर्ते,
संस्थापक - मुस्लिम सत्यशोधक मंडळ

आई ही मानवाला निसर्गानं दिलेली देणगी आहे. आईनं केलेली जडणघडण हा माझ्या आयुष्यातील सर्वांत महत्त्वाचा टप्पा आहे. माझ्या आईचं नाव शहजादीबी, तिला आम्ही 'अम्माजान' म्हणायचो. वडिलांची नोकरी फिरतीची असल्यानं ते बाहेरगावी असायचे, त्यामुळे घर चालवण्याची जबाबदारी आईकडेच असायची. घरी दोन थोरले भाऊ, तीन बहिणी आणि मी. जोडीला आमची विधवा मावशी आणि तिच्या दोन मुली. असं ११ जणांचं कुटुंब. कुटुंबाच्या मानानं वडिलांचा पगार अगदी बेताचा, त्यामुळं घरची परिस्थितीही बेताची होती; पण त्यातही तिनं आम्हा सर्वांना अतिशय छान पद्धतीनं वाढवलं. येणारे सर्व बरेवाईट प्रसंग, सुखदुःख, गरजा हे सारं काही तिनंच सांभाळलं होतं. किंबहुना, त्यापलीकडे तिचं जग नव्हतं. आई शिस्तप्रिय होती. ती शब्दानं नाही तर हातानं शिस्त लावायची. तो काळ साधारणपणानं ८० वर्षांपूर्वीचा होता. त्या काळामध्ये शब्दानं माणसं सुधारतात,' हा समज रूढ व्हायचा

होता, त्यामुळं चुकलं की फटके देऊन सुधारणं हाच प्रघात होता. शाळांमध्येही तसंच असायचं. आईही तशाच प्रकारे शिस्त लावायची. शिस्तीत वागणं, राहणं अशा बऱ्याच गोष्टी तिनं शिकवल्या.

आई कडक शिस्तीची असली तरी तितकीच ती प्रेमळ होती. आमच्या घरात बहीण-भाऊ मिळून आम्ही सहाजणं होतो. पुण्यात रेंजहिल्सला सरकारी क्वार्टर्समध्ये राहायचो. तिथून खडकी बाजार तीन किलोमीटरवर होता. तिथे बाजार भरायचा. आमच्या घरी घड्याळ नव्हतं, त्यामुळे आम्ही बाजारासाठी जाताना आई उंबऱ्याच्या बाहेर पाणी घालायची आणि ते वाळायच्या आत परत आलं पाहिजे असं म्हणायची, त्यामुळे आम्ही धावत जाऊन हव्या त्या वस्तू घेऊन यायचो. बालवयात लागलेली ही सवय पुढं अंगवळणी पडली. मोठेपणीही कोणत्याही कार्यक्रमाच्या ठिकाणी दहा मिनिटं आधी पोचलं पाहिजे, ही धारणा मनात पक्की झाली.

आईच्या वागणुकीतूनही अनेक धडे मिळाले. रेजहिंल्सला आम्ही राहायचो ती मिश्र वस्ती आहे. आमच्या घरी खूप महिला यायच्या. आई त्या सर्वांचं आनंदानं स्वागत करायची. प्रेमाने विचारपूस करायची. वेगवेगळ्या जातिधर्मांच्या स्त्रिया आईच्या मैत्रिणी होत्या. त्यांना ती आपल्या ताटात जेवायला घालायची. कसलाही भेद नव्हता. माणसांशी नातं कसं जुळवायचं हे त्यातून आपसूकच शिकायला मिळालं. आई अतिशय प्रेमळ असली तरी रागावल्यावर कुणाचंही तिच्यापुढं चालायचं नाही. विशेषतः शिस्तीच्या बाबतीत तर ती अत्यंत कठोर होती; पण त्याचा फायदा आम्हा सर्वांना पुढील आयुष्यात झाला.

माझी आईशी अधिक जवळीक होती. मुस्लिम सत्यशोधक मंडळाचं काम सुरू झालं, ते माझ्या धाकट्या बहिणीचा तलाक झाल्यानंतर. आज या विषयाला होणारा विरोध कमी झाला आहे. समाजामध्ये हळूहळू बदल होत चालला आहे; परंतु त्या काळी अक्षरशः मला घरातून बाहेर पडणं अशक्य व्हायचं. लोक दगड मारायचे, शिव्या द्यायचे, त्रास द्यायचे. त्या वेळी आई त्यांना म्हणायची, ''तो काहीच चुकीचे करत नाही. तुम्ही त्याच्याशी बोला.'' थोडक्यात, अन्यायाच्या विरुद्ध उभी राहण्याची तिची ताकद होती. माझ्या कामाला तर तिचा सदैव पाठिंबा राहिला. बहिणीचा तलाक होईपर्यंत मी धार्मिक परंपरा कटाक्षाने पाळत होतो; परंतु त्या घटनेनंतर मात्र मी खडबडून जागा झालो. ती घटना तर मी आयुष्यात कधीही विसरू

शकणार नाही. त्या बहिणीचं नाव खतिजा. ती पतीसोबत पुण्यातच राहायची. एक दिवस आई माझ्या मोठ्या भावाला म्हणाली, ''खतिजाचं काहीतरी झालेलं आहे. तू जरा तिच्या घरी जाऊन पाहून ये.'' तो म्हणाला, 'का काय झालंय?' आई म्हणाली, 'काय झालंय हे माहीत नाही; पण मला आतून वाटतंय की तिच्याबाबत काही तरी गडबड झाली आहे. तू पाहून ये.' पण दोन दिवस भाऊ गेला नाही. तिसऱ्या दिवशी मला घेऊन तो तिथं गेला तेव्हा बहीण घरी नव्हती आणि तिचा नवरा म्हणाला, की ती तीन दिवस झाले घरातून गेली आहे. का आणि कुठं गेली आहे ते मला माहीत नाही. ते ऐकून सैरभैर झालेले आम्ही तिचा शोध घेऊ लागलो; पण ती सापडली नाही. आईला येऊन सांगितलं तेव्हा तिला जबरदस्त धक्का बसला. पण नंतर तिच्या नणंदेच्या घरी ती सापडली. आई मारेल म्हणून ती घरी आली नव्हती; पण आम्ही तिला समजावलं आणि घरी आणलं. आईला टेलिपथीची देणगी होती, हे त्यातून मला उमगलं.

पुढं बहिणीला तीन वेळा तलाक म्हणून नवऱ्यानं घराबाहेर काढलं. तिच्या मुलांची जबाबदारी नाकारली. त्या वेळी मी खूप अस्वस्थ झालो. आपला धर्म काय करतो, पुरुषाला असा अधिकार कोणी आणि का दिला, लग्न करताना बाईची संमती घेता आणि लग्न मोडताना करार मोडताना केवळ ती बाई आहे म्हणून तिला विचारण्याची गरज नाही, थोडक्यात बाई म्हणजे वापरा आणि फेकून द्या हा प्रकार थांबला पाहिजे. बहिणीचा तलाक झालेल्या दिवशीपासून हे प्रश्न पडत होते. आईलाही ते सगळं पटत होतं. आपल्या मुलीला न्याय मिळेल अशी आशा तिच्या डोळ्यांत दिसत होती. तिनं बहिणीला शिवणकाम शिकवलं. स्वतःच्या पायावर उभं राहण्याचं बळ दिलं. मग तिला जुनं मशीन घेऊन दिलं. तिला स्वाभिमानानं जगता यावं यासाठीची तिची धडपड होती. पुढं ती आजूबाजूच्या मुलींना शिकवू लागली. स्वतःच्या पायावर उभी राहिली. ते पाहून आईला खूप समाधान वाटलं. हे सगळं माझ्यामुळं झालं असं आईचं मत होतं; पण ते संस्कार तिचे होते. सत्यशोधक मंडळाच्या स्थापनेच्या वेळेला आमच्या बैठका लांबायच्या. मी उशिरा घरी यायचो. तोपर्यंत आई जागीच असायची. जेवायला वाढायची. तिची माया आठवली की डोळे आजही पाणावतात.

आईची ममता निराळीच असते. 'दगडावरची पेरणी' या पुस्तकाच्या प्रकाशनाच्या वेळी रझिया पटेल म्हणाल्या होत्या, 'सय्यद भाईंचं मन आईचं आहे.' मला स्वतःला नेहमी वाटतं, की मानवी मूल्य जपली गेली पाहिजेत. ही आईची शिकवणच होती. आई पूजा, नमाज वगैरे सगळं काही करायची; पण धर्मवादी किंवा इतर जातीधर्मांचा दुस्वास करणारी बिल्कूल नव्हती. आमच्या इथं दलित महिला होत्या. त्यांना इतर कोणी जवळ करायचं नाही; पण आई त्यांना घरात घेऊन आपल्या ताटात जेवू घालायची. या सर्वांचा आमच्या मनावर परिणाम झाला. ती म्हणायची, ''आपण माणसं आहोत आणि माणसांसारखे जगलं पाहिजे, धर्म धर्माच्या जागी असतो. हे अन्न मला पचणार आहे, तसंच तिलाही पचणार आहे. मग तिला ते का द्यायचं नाही?'' अशा विचारांच्या सावलीतून आम्ही वाढलो.

शिस्तप्रियतेबरोबरच आईला अर्थभानही खूप होतं. ती नेहमी थोडे थोडे पैसे डब्यात टाकायची सवय होती. त्या वेळी रुपया हे सर्वांत मोठं चलन होतं. आई आणे-दोन आणे डब्यांमध्ये साठवून ठेवायची. कधी अडचण आली, की सगळे डबे खाली काढायची आणि त्यातून हे जमवलेले पैसे काढायची. 'सगळी नाटकं करता येतात; पण पैशाची नाटकं करता येत नाहीत. पैशाला पैसाच लागतो. साठवला की तोच उपयोगी येतो', असं म्हणायची. तीच सवय मला लागली. थोडे पैसे असले तरी दोन-तीन ठिकाणी ठेवायचे, आठवड्यातून डब्यात ठरावीक पैसे टाकायचे, हा नियमच अंगी भिनला. आईच्या अशा अनेक संस्कारांची शिदोरी आजही गाठीशी आहे. १९८७ मध्ये ती गेली; पण तिचा मानसिक आधार आजही वाटतो. ती सतत बोलत असायची. तिनं अपार कष्ट केले. मुलं शिकावीत अशी तिची इच्छा होती. घरची परिस्थिती नसल्यामुळं गिरणीत पडलेलं पीठ आणायचो. बहीण एक रुपयाला ते घेऊन यायची; पण त्या पिठाची भाकरी आम्हाला ती देत नसे. जमवलेल्या थोड्या फार पैशातून गहू आणून त्याच्या पोळ्या पुरुष मंडळींना द्यायची. अशी ती ममतावादी होती.

आईनं केलेला सर्वांत मोठा संस्कार म्हणजे ती नेहमी म्हणायची, की 'आयुष्यात कधीही खोटं बोलायचं नाही. चोरी करायची नाही. मी आज आहे उद्या नाही; पण चांगल्या मार्गानं जगायचं असेल तर खोटं बोलू नको. चोरी करू नको.' हे संस्कार म्हणजे आईनं दिलेला खजिना आहे. त्याच तत्त्वांवर मी आजवरची वाटचाल केली. वयाच्या

तेराव्या वर्षी तात्या मराठेंच्या पेन्सिलीच्या कारखान्यात नोकरीला लागलो. तिथे तब्बल पन्नास वर्षे काम केलं. तात्या आणि कमलावहिनींनी मला मुलासारखं मानलं आणि प्रेम केलं. तात्यांनंतर कमलावहिनींनी काही वर्षे कारखाना सांभाळला आणि तो नंतर मला चालवायला दिला. त्यांनी 'माणुसकी महत्त्वाचा मानणारा सय्यद' या शीर्षकाखाली सकाळमध्ये लेख लिहिला. तो वाचून मला खूप गहिवरून आले. माझा स्वभाव चार लोकांना बरोबर घेऊन काम करायचं, पुढं जायचं असा होता. कष्टानं कमवायचं, फुकटचं काहीही नको या वृत्तीनं मी आयुष्यभर काम करत राहिलो. त्याकाळी बक्षीस देण्याची पद्धत होती. एकदा एके ठिकाणी गेलो तर दिवाळीचे बक्षीस देत होते. ते नाकारत मी म्हणालो, की मला कारखान्यात पगार मिळतो. ही आईची शिकवण होती. सत्यशोधक मंडळाचे काम करताना ठिकठिकाणी पुरस्कार मिळाले; पण ते स्वतः स्वीकारले नाहीत. मंडळाच्या खात्यात टाकले.

एकत्र कुटुंबव्यवस्था ठेवायची असा तिचा स्वभाव होता, त्यामुळे माझ्या लग्नानंतर आम्ही रेंजहिल्सलाच एकत्र राहायचो. पत्नीही एकत्र कुटुंबाला समजून घेणारी मिळाली. रेंजहिल्सची जागा कमी पडू लागल्यानंतर आम्ही कारखान्यात येऊन राहू लागलो. आई आमच्याबरोबर राहायला आली. मी शेवटपर्यंत आई-वडिलांना सोडलं नाही. माझ्या पत्नीनंही त्यांची खूप मनापासून सेवा केली. आज आपण समाजात वृद्धाश्रमांची वाढती संख्या पाहिली की मन उदास होतं. त्या क्षेत्रात काम करताना मुलं आईशी कशी वागतात हे पाहायला मिळालं. त्यातून आई-वडिलांची किंमत कमी होत चालल्याचं दुर्दैवी वास्तव दिसून आलं.

आज बदलत्या काळात पक्षी घरट्यातून उडून जातात तशी मुलं आई-वडिलांपासून लांब जात आहेत. ज्या पद्धतीची संस्कृती येतं आहे, नव तंत्रज्ञान येतं आहे, त्यानं समाज तुटण्याचा तोटा आहे. आजकालच्या मुला-मुलींना पालकांची लाज वाटते. साधे कपडे घालणारे पालक आवडत नाहीत. कारण प्रदर्शनवादी आणि बाजारू व्यवस्थेमध्ये सर्वच ठिकाणी भपका हवा असतो. तिथं आईबापाचा साधेपणा खुपू लागला आहे. बदलत्या वातावरणात पालकांचा अपमान केला जात आहे. खूप कष्टानं वाढवलेल्या मुलांनी आईला वृद्धाश्रमात टाकल्याचं मी पाहिलं आहे. काही पालक मुलांच्या विरहात वेडे झालेलेही पाहिले आहे. आर्थिक सुबत्ता आली; पण संस्कार कमी होताना दिसताहेत. हे पाहून मनाची घालमेल होते. हे प्रश्न

देवधर्म करून सुटणार नाहीत. माणूस आतूनच बदलला पाहिजे. आम्ही नशीबवान आहोत की आईनं ते संस्कार मनावर केले.

> मातृभूमीचा आदर आम्हाला आईनं आम्हाला लहानपणीच शिकवला. ती चालताना जमिनीवर पाय आपटत चालायची नाही आणि आम्हालाही तेच सांगायची. ती म्हणायची, ''मातृभूमी ही आपली आई आहे. आपण मृत्यूनंतर तिच्याच पोटात जाणार आहोत, त्यामुळे आदळआपट करत न चालण्याची, 'मरनेवाले तुझे मरने का होश नही, माँ का आगोश है मौत का आगोश नहीं' म्हणजेच मरणानंतर तू आईच्या कुशीत चालला आहेस, ही तिची शिकवण आयुष्यभर लक्षात राहिली. आजच्या काळात मातृभूमीवरून होणारं राजकारण पाहून आईची आठवण झाल्यावाचून राहात नाही.

माझी कल्पक आई

डॉ. जयंत नारळीकर,
ज्येष्ठ शास्त्रज्ञ व एमिरेट्स प्रोफेसर, आयुका

''ताई, तू खराब आयांत फर्स्ट येशील!''

जवळजवळ चार तपांपूर्वी तीन भाषांच्या मिश्रणात माझ्या धाकट्या भावाने आमच्या आईला दिलेले हे 'सर्टिफिकेट' आज डोळ्यांसमोर येते. लहानपणी मुलांना वळण लावण्याचे काम आईबापांचे, दोघांचेही असले तरी प्रत्यक्षात 'हे कर', 'ते करू नको' हे मुलाला सांगण्याचे अप्रिय काम आईलाच करावे लागते आणि जी आई आपले हे कर्तव्य जागरूकतेने बजावते, तिला आपल्या मुलांकडून अशा तऱ्हेचे सर्टिफिकेट मिळाल्याशिवाय राहत नाही.

पण आई केवळ अप्रिय कामेच करत नसते!

'ते हि नो दिवसाः गताः' - गेले आमचे दिवस, अशा अर्थाचा श्लोकाचा भाग भवभूतीच्या 'उत्तररामचरिता'त आहे. वनांतून परत आल्यावर, अयोध्येत राज्य करत असताना रामाला आपले बालपण आठवते. आपल्या पूर्वीच्या जीवनावर आधारित चित्रे पाहताना रामाच्या तोंडी वरील उद्गार आहेत; परंतु ती श्लोकाची संपूर्ण ओळ अशी आहे-

मातृभिंश्चिन्त्यमानानां
ते हि नो दिवसाः गताः!

राम लक्ष्मणाला म्हणतो, ''आपल्या आया आपली काळजी घेत होत्या, असे आपले गेले ते दिवस.''

सर्वांचेच बालपण सुखाचे नसते; परंतु ज्यांच्याकडे बालपणाच्या सुखद स्मृती आहेत, त्यांना त्यामागे आपल्या आईचा सिंहाचा वाटा दिसून आल्यास आश्चर्य नाही. अशा भाग्यवंतांत मी आहे.

आपल्या मुलांना सुख आणि आराम देण्यासाठी अविरत झटत राहणे, हा आईचा स्वभाव असतो. त्याचबरोबर मुलांनी शिकून शहाणे व्हावे, त्यांना चांगले वळण लागावे, त्यांनी खऱ्या अर्थाने 'मोठे' व्हावे, हीही तिची इच्छा असते. लाड आणि शिस्त या दोन्हींना सांभाळून मार्ग काढणे ही तारेवरची कसरत आईला करावी लागते. ही कसरत सर्वांनाच जमत नाही. माझ्या आईने - ताईने या कसरतीचे उत्तम प्रात्यक्षिक करून दाखवले. माझ्या लहानपणाकडे दृष्टी टाकली, की लाड आणि शिस्त, दोन्हींच्या आठवणी मनात गर्दी करतात. त्या आठवणींवर आधारलेला हा लेख आहे.

आयुष्यात मागे मागे गेले, की आठवणी पुसट होत जातात. पाच वर्षे वयापूर्वीच्या आठवणी तर फारच थोड्या ! कधी कधी अशी शंका येते, की या खुद्द आपल्या आठवणी आहेत, का नंतर आपल्याला सांगण्यात आलेल्या ऐकीव स्वरूपाच्या गोष्टी आहेत? पण जिच्याबद्दल अशी शंका नाही, अशी एक आठवण आहे. ती ताईच्या तोंडून ऐकलेल्या तुकारामांच्या अभंगांची. गृहकृत्ये करताना किंवा रात्री आम्हा दोघांना झोपवताना ताईने गुणगुणलेले अभंग आजही स्मृतिपटलावर आहेत. त्या काळची 'ऐकीव' स्वरूपाची एक आठवण. आमचे बाळपण बनारसमध्ये गेले. उत्तर हिंदुस्थानी हिवाळ्यात मोठी माणसे शाली वापरून थंडीला तोंड देत; पण लहानांचे काय? खेळता- बागडताना शाली काय कामाच्या? परंतु ताईने त्यावर ही युक्ती काढली. सेफ्टी पिना वापरून तिने शाली आमच्या अंगावरून न पडतील अशा लावून दिल्या. त्या 'पांघरून' इकडेतिकडे पळताना आम्ही दोघे रोमन सिनेटरांसारखे दिसत असू म्हणे! प्रख्यात लेखक आणि मराठीचे प्राध्यापक मा. दा. आळतेकर त्या वेळी अनेकदा बनारसला येत. त्यांनी ही शाल गुंडाळण्याची पद्धत पाहून ताईला म्हटले, ''तुम्ही या पद्धतीचे पेटंट घ्या!'' लहानपणी आम्हाला संस्कृत श्लोक पाठ

करायला सांगण्यात आले. साहजिकच आम्हाला अभ्यासाव्यतिरिक्त हे वेगळे काम नको होते; पण वडिलांनी मधाचे बोट लावले. गीतेच्या श्लोकागणिक एक चांदीचा रुपया मिळेल. सहाव्या जॉर्जचा चेहरा असलेले त्या वेळचे काही 'मिळकती'चे रुपये आम्ही अजून जपून ठेवले आहेत. अर्थात, आमच्याकडून 'धर्मक्षेत्रे कुरुक्षेत्रे' पाठ करवून घेण्याचे काम ताईनेच उत्साहाने केले.

माझ्या धाकट्या भावाला तिसरीत 'डबल प्रमोशन' मिळाले, त्या वेळी त्याच्याकडून दोन वर्षांचा अभ्यास एका वर्षात करवून घ्यायचे काम अर्थातच ताईकडे आले. आमच्या शालेय जीवनात पाठ्यक्रमावर आधारलेली प्रश्नपत्रे काढून, तपासून आमचा अभ्यास नीट चालू आहे, याची खात्री करून घेण्याचे काम ताईचेच! माझ्या वडिलांनी शालेय पाठ्यक्रमाच्या मर्यादेपलीकडे गणितात रुची वाढावी म्हणून मला गणितावरील मनोरंजक लेखनाची ओळख करून दिली, तर ताईने शालेय अभ्यासावर नजर ठेवली. शाळेत संस्कृत शिकवायला सुरवात झाल्यावर घरी 'रघुवंशा'सारख्या संस्कृत ग्रंथांची ओळख करून द्यायची कल्पना ताईचीच. मॅट्रिकनंतर विद्यापीठातील शिक्षणात मला संस्कृत विषय घेता येत नाही म्हणून खरोखर वाईट वाटले; याचे कारण ताईने संस्कृतबद्दल माझ्या मनात निर्माण केलेली गोडी.

अभ्यासाप्रमाणे खेळावरही ताईची नजर असे आणि कल्पकता दाखवून तिने वेळोवेळी खेळांची साधनेही आम्हाला पुरवण्याची तरतूद केली. बनारसमधील आमच्या घरात जागेची टंचाई नव्हती. घरातील प्रशस्त अंगणात कधी कधी 'पडद्याचे घर' बांधून आम्हाला तंबूत राहिल्याची गंमत अनुभवायला मिळे. एकदा डोंबाऱ्याचा खेळ पाहिल्यावर त्यांच्यासारखे पायाला काठ्या बांधून चालता येईल का, असे आम्हाला वाटले. लगेच ताईने सुताराला बोलवून काठ्यांना जमिनीपासून दीड फुटांवर पाय ठेवायला लाकडी फळ्या (पादुकांसारख्या) जोडून घेतल्या. त्यावर पाय ठेवून आणि काठ्या हातात धरून आम्ही इकडेतिकडे फिरू लागलो, जिने चढू उतरू लागलो. शेजारच्या घरात बागेत काँक्रीटची घसरगुंडी होती. ती उन्हात अतिशय गरम होत असे. ताईने आमच्या घरी लाकडी घसरगुंडी करवून घेतली. आम्हाला अभ्यासाकरता आणि करमणुकीकरता घरातील भिंतींवर फळे करून देण्यात आले, या सर्व ताईच्या कल्पक डोक्यातून निघालेल्या करामती!

हेच कल्पक डोके घरातील सुखसोयी वाढवण्यात अनेक वेळा अनेक प्रकारे वापरले गेले. त्या सर्वांची दखल घेतल्यास एक वेगळाच लेख तयार होईल. येथे फक्त

काही निवडक उदाहरणे देतो. घरात रेफ्रिजरेटर नव्हता. मग गार पाणी कसे ठेवायचे? पाणी उकळून पिण्याची पद्धत होती. त्यात बाजारातला बर्फ घालून चालणार नव्हते. बनारसच्या उन्हाळ्यात मातीच्या सुरयांत पाणी ठेवण्यात येई; पण ते पुरेसे गार नसे. त्यावर ताईची युक्ती अशी, उभ्या पितळेच्या डब्याभोवती कापूस भरलेल्या कापडांचे अभ्रे घट्ट बसतील असे करवून घ्यायचे. त्या थैलीसारख्या अभ्र्याभोवती पुन्हा कापडाचे आवरण, डब्यात बर्फ आणि त्या बर्फात पाण्याने भरलेले भांडे. हे सर्व परत एका कापडाच्या थैलीने झाकायचे. त्या थैलीतसुद्धा कापूस भरलेला. अशा प्रकारे पाणी बराच वेळ गार राही. याच थैल्या गरम केलेले अन्न लवकर गार होऊ नये म्हणून हिवाळ्यात उपयोगी पडत. अशाच थैल्यांत उकळत्या पाण्याचे पातेले ठेवून त्यावर सांडगे मिरच्याही वाळून निघत. घराच्या छतावर किंवा अंगणातील वाळवणांना धुळीचा, पक्ष्यांचा तडाखा बसे, तो अशा तऱ्हेने वाचत असे.

हिवाळ्यात घरातील माणसांना किंवा येणाऱ्या पाहुण्यांना घरापेक्षा बाहेर उन्हात बसायला आवडे. त्यांच्या सोयीसाठी ताई अंगणात योग्य ठिकाणी बैठकीची व्यवस्था करीत असे. फळांची साले काढताना आपण सालांकडे दुर्लक्ष करतो. ताईचे तसे नव्हते. सफरचंदाचे साल काढताना तिला पाहावे. वरून सुरवात करत स्प्रिंगप्रमाणे संबंध साल न तुटता काढण्यात तिचा हातखंडा होता. तिचा 'सोपा केलेला जरदाळू' असा आहे. जरदाळूच्या सालाचे दोन भाग करायचे. त्यातील बदाम आवरण फोडून काढायचा आणि परत त्या सालांत घालून द्यायचा म्हणजे खाणाऱ्याला काही कष्ट करायला नकोत!

बनारसच्या हिवाळ्यात अंघोळ अर्थात गरम पाण्याने; पण अंघोळ झाल्यावर कपडेसुद्धा गरमागरम घालायला मिळाले तर? त्या दृष्टीने ताईने बाथरूममध्ये एक शेगडी ठेवून, त्यावर जाळी ठेवून त्या जाळीवर कपडे ठेवण्याची सोय केली. मोठ्या हॉटेलात गरम गरम पदार्थ बश्यांतून मिळतील अशी सोय करण्यात येते; पण गरम पाण्याच्या अंघोळीनंतर गरमागरम कपडे घालायला मिळावेत, ही सोय मी इतरत्र कुठेही पाहिली नाही.

अर्थात, अशा तऱ्हेच्या सुखसोयीमुळे आम्ही दोघे 'ऐदी' बनत चाललो यात आश्चर्य नाही; पण आमच्या ऐदीपणास योग्य वेळी आळा बसला. एकदा आमच्याकडे गायनाचार्य (कै.) पं. नारायणराव व्यास आले. त्यांनी पाहिले, की ही मुले स्वतः काहीच करत नाहीत. आईच त्यांच्या सुखसोयींसाठी खपतेय.

त्यांनी आम्हाला 'स्वावलंबी व्हा' असे आवाहन केले आणि ताईलाही सांगितले, ''तुम्ही मुलांना स्वतःची कामे स्वतः करायला उद्युक्त करा. तुम्ही त्यांच्यासाठी फार खपता.'' ताईने त्यांचा सल्ला थोडाफार अमलात आणला. व्यासांची इच्छा अशी, की आम्हाला पिठले-भात तरी करता आला पाहिजे. माझी मजल फक्त चहा- कॉफीपर्यंत गेली. खरे स्वावलंबन मी मातृछायेपासून लांब परदेशात गेल्यावरच शिकलो.

पण आम्ही मोठे व्हायला लागल्यावर आपल्याला थोडा मोकळा वेळ मिळतोय, याची ताईला जाणीव झाली. त्याच सुमाराला ताईचे पूर्वाश्रमीतले संगीताचे शिक्षक गायनाचार्य (कै.) वामनराव पाध्ये बनारसच्या म्युझिक कॉलेजमध्ये शिकवायला आले. त्यांच्या आग्रहावरून ताईने 'एसराज' हे वाद्य वाजवायला शिकायला सुरवात केली. हे वाद्यवादन बनारसमध्ये पाध्येबुवांच्या मार्गदर्शनाखाली, नंतर अजमेरमध्ये श्री. मावळंकर आणि पुढे पुण्याला श्री. दातार यांच्या शिकवणीखाली चालू होते. नंतर १९९४ पर्यंत स्वयंस्फूर्तीने वाद्यवादन सुरू राहिले. संथ सुरात आळवलेल्या या गीतांनी ऐकणाऱ्याला मनः प्रसाद मिळत असे.

ताईने लहानपणापासून आम्हा दोघांना असंख्य गोष्टी सांगितल्या. बहुतेक आयांची मजल 'काऊ, चिऊ'पर्यंत असते. काही पौराणिक कथांपर्यंत जाऊन पोचत असतील, तर काही परीकथांपर्यंत. ताईने सर्व पल्ले ओलांडून 'उषःकाल', 'सूर्योदय'सारख्या मराठी ऐतिहासिक कादंबऱ्या आणि माझ्या वडिलांनी सुचवलेल्या कॉनन डॉयन, सॅपर, जेकब्स, मार्क ट्वेन इत्यादी लेखकांच्या इंग्रजी वाङ्मयातल्या गोष्टी मराठीत सांगितल्या. शेवटी वडिलांनाच परत सांगावे लागले, ''स्वावलंबी व्हा! असल्या गोष्टी स्वतः वाचा.''

ताईचा जन्म कोल्हापुरात हुजूरबाजारांच्या घरी १९१२ मध्ये झाला. तिचे बालपण हुजूरबाजार वाड्यात गेले. प्राथमिक शिक्षण कोल्हापूरच्या न्यू स्कूलमध्ये आणि नंतरचे राजाराम कॉलेजात झाले. तिने मुंबई विद्यापीठातून संस्कृतमध्ये एम.ए.ची पदवी घेतली. त्या वेळी एम.ए.पर्यंत शिकणाऱ्या मुली फारच कमी होत्या. १९३७ मध्ये पूर्वाश्रमीच्या कृष्णाताई हुजूरबाजार सुमती विष्णुपंत नारळीकर झाल्या आणि माझे वडील विष्णुपंत नारळीकर यांच्याबरोबर बनारसमध्ये राहायला गेल्या. त्या वेळी तिचे संस्कृतमधले पांडित्य पाहून बनारस हिंदू विद्यापीठातील

प्रा. बेलवलकर यांनी डॉक्टरेटसाठी ताईने अभ्यास करावा असे सुचविले; परंतु ताईने शिक्षण पुढे चालू ठेवण्यापेक्षा गृहिणी व्हायचे पत्करले. तरीदेखील संस्कृतचे वाचन आणि थोडेफार संशोधनदेखील चालू ठेवले. पुढे ताईने अनुरूप प्रसंगी व्याख्याने द्यायची निमंत्रणे स्वीकारायला सुरवात केली. हिंदी, मराठी, इंग्रजी आणि संस्कृत या चारही भाषांवर तिचे प्रभुत्व असल्याने बनारस, अजमेर, पुणे आणि मुंबई या सर्व ठिकाणी वेगवेगळ्या श्रोतृसमुदायापुढे अनेक विषयांवर ताईची भाषणे झाली आहेत. आपल्या सोप्या शैलीमुळे आणि प्रगल्भ विचारांमुळे ती सर्वसाधारण सुशिक्षित श्रोत्यांना आवडली. विशेष करून संस्कृतमध्ये सोप्या; पण प्रवाही भाषेत आधुनिक विषयांची चर्चा करता येते, हे ताईच्या भाषणांवरून दिसून आले.

ताईच्या संस्कृतमधील व्याख्यानांचे एक पुस्तक 'सुमतिदर्शन' या नावाने वाराणसीत प्रसिद्ध झाले. त्यामध्ये सोप्या संस्कृत भाषेत अनेक विषयांचा ऊहापोह केलेला आहे. त्यात महाकवी कालिदास, दयानंद सरस्वती, स्वामी विवेकानंद यांच्याबद्दल व्याख्याने आहेत; तसेच विज्ञानातील नवनवीन शोधांवर आणि संस्कृत भाषेच्या माहात्म्यावरदेखील चर्चा आहे. ही व्याख्याने ऐकताना आपण बोली भाषेतील संस्कृत ऐकतो आहोत, असे वाटते. वाराणसीत जवळजवळ एका तपाचा काळ काढल्यावर ताई माझ्या वडिलांच्या बरोबर अजमेरला गेली. तेथून पुण्याला, नंतर मुंबईला आणि नंतर परत पुण्याला, असे स्थित्यंतर झाले; परंतु या सर्व स्थित्यंतरांमध्ये ताईने सतत आपल्या परिवारातील मंडळींना सर्व दृष्टींनी सांभाळून घेतले, असे म्हणायला हरकत नाही. १९९१ मध्ये माझ्या वडिलांच्या मृत्यूनंतर ताईच्या जीवनात एक मोठी पोकळी निर्माण झाली. त्या वेळी मी असे सुचविले, की तिने माझ्या वडिलांच्या आठवणी लिहून काढाव्यात. या आठवणी आता 'कहाणी एका रँग्लरची' या एका लहानशा पुस्तकाच्या रूपाने वाचायला मिळतात.

१९७२ मध्ये मी केंब्रिजहून भारतात परतलो आणि मुंबईत टाटा इन्स्टिट्यूटच्या परिसरात स्थायिक झालो. त्या वेळी माझे आई-वडील आमच्याकडे राहायला आले. माझ्या मुलींनी ताईचे नाव बदलून 'ताजी' केले. ताईची 'ताजी' झाली तरी तिच्यात तेच गुण होते. तोच उत्साह होता. घरातल्या सर्वांची सोय पाहण्याची प्रवृत्ती पहिल्यासारखीच होती, हे सर्व आज प्रकर्षाने जाणवते. कारण आजकालच्या धकाधकीच्या जीवनात आणि विभक्त कुटुंबांमध्ये अशा तऱ्हेचे अनुभव मिळणे कठीणच.

साठवणीतील माझी आई

डॉ. रमेश पानसे, शिक्षणतज्ज्ञ

आईविषयी, स्वत:च्या आईविषयी लिहिणे खूपच कठीण. त्यातही मला तर विशेषच कठीण. माझ्या आजवरच्या आयुष्याची पूर्ण पंच्याहत्तर वर्षे मला आई मिळाली. एकत्रच गेले आमचे आयुष्य. जशी माझ्या वयाची पहिली पाच-सात वर्षे तिने पूर्णांशाने माझा सांभाळ केला तशी तिची शेवटची पाच-सात वर्षे तिचा पूर्णांशाने सांभाळ करण्याचे काम मी करू शकलो. मधली माझी-तिची साठेक वर्षे, माझे जीवन स्वतंत्रपणे विविध दिशांनी वळणे घेत फिरत गेले, तरी आम्ही बहुतांशी एकत्रच होतो. माझ्या आयुष्याची जवळजवळ सर्वच वर्षे तिच्या साक्षीने, कधी तिच्या देखरेखीखाली, कधी तिच्या सल्ल्याने तर कधी तिचा विरोध पत्करून; पण ती अवती-भोवती आहे अशाच वातावरणात गेली. ती आहे, ती जवळ आहे, तिचे अस्तित्व मला खेटूनच आहे ही जाणीवच आयुष्यभर पसरून होती.

मला आई सततच होती. नुकतीच ती, तिच्या वयाच्या चौऱ्याण्णवाव्या वर्षी निवर्तली, शांतपणे झोपेतच. पहाटेच्या वेळी केव्हातरी. कुणालाही, कुठलाही त्रास न

देता, आपल्या जाण्याचा सुगावाही लागू न देता; तिच्या असण्याचे तिच्या नसण्यात रूपांतर झाले, एवढीच काय ती आमच्यापुरती जाणीव उरली.

सुख-दु:खांनी भरलेले, विविध घटनांनी ओतप्रोत भरलेले, शारीरिकदृष्ट्या बळकट आणि बौद्धिकदृष्ट्या संपन्न असे दीर्घायुष्य तिने उपभोगले. खेड्यातील नदीकाठचे बालपण आणि तारुण्य, शेताशी, विविध प्रकारच्या आंब्याच्या झाडांशी सलगी करणारे, रोजच पोहण्याचा मनमुराद आनंद घेणारे. तिने त्या काळात नदीत बुडणाऱ्या तिघांना, पाण्यात सूर मारून वाचवल्याच्या शूरपणाच्या आठवणी ती नेहमीच नवनव्या लोकांना सांगत असे. त्यातील एक घटना तर चक्क माझ्यासमोर घडलेली. मी दहा वर्षांचा असेन तेव्हा; पण घटना अजून ताजी आहे डोळ्यांसमोर. तेव्हापासून आईविषयी एक अभिमानाची भावना मनात निर्माण झाली.

वयाच्या अठराव्या वर्षी विवाह होऊन, काही काळासाठी, आई पुणेकर झाली. तिचे 'वैद्य' असलेले मोठे भाऊ जवळच, चार घरे टाकून पुढे राहात असत. तेच त्या काळात आमचे कौटुंबिक वैद्य असल्यामुळे, सासर-माहेर दोन्ही घरांची जवळीक व दैनंदिन ये-जा चालूच असायची. याच माझ्या मामांनी, माझ्या बालपणात, मला मृत्यूपासून थोपविल्याची आठवण आईकडून ऐकलेली. आणखी एक आठवण अशीच आईकडून ऐकलेली. आईला 'दाखविण्याचा' कार्यक्रम झाला तेव्हा सासऱ्यांनी विचारले होते, 'तुला काय काय आवडते?' आईचे उत्तर होते, 'वाचायला आवडते'. पुढे विवाहानंतर लगेचच तिच्या सासऱ्यांनी, त्यावेळी नव्यानेच प्रसिद्ध होऊ लागलेल्या 'स्त्री' आणि 'किर्लोस्कर' या मासिकांची वर्गणी आईच्या नावे भरली. मासिके येऊ लागल्यानंतर सासुबाईंच्या आग्रहाखातर त्यातील गोष्टी ती त्यांना वाचून दाखवत होती.

घरचे, म्हणजे माहेरचे वातावरण सारे सांगीतिक व साहित्यिक. आईच्या सर्वच भावंडांनी, हे दोन्ही वारसे आपापल्या परीने जोपासले, पुढे नेले. या क्षेत्रांत, महाराष्ट्रात मान्यताही प्राप्त केली. आईकडे संगीताचा वारसा अजिबात नाही; पण साहित्याचा वारसा मात्र दमदारपणे आला. विलक्षण पाठांतर, विविध वाचन, लेखन, भाषण या साऱ्यांत तिने आयुष्यभर आनंद लुटला त्यामुळे साहजिकच माझ्यावरचे साहित्यिक संस्कार जन्मापासूनच सुरू झाले असे म्हणता येईल. शिवाय, पुण्यात असताना, कवी बा. सी. मर्ढेकर आमच्या घरच्या वरच्या मजल्यावर राहात होते

काही काळ. त्यांच्या जिन्यावरच्या रस्त्यात सतत खेळणारा मी आणि मला उचलून बाजूला करणारे मर्ढेकर, असा मला त्यांचा दैनंदिन स्पर्श लाभलेला. ही घटना काही फारशी मोठी नव्हे; पण आईच्या आठवणीतील हेही एक मोरपीस. पुढे मी कवितेच्या प्रांतात शिरलो, आजवर टिकलो, याची मुळे शोधायची एक संधी या घटनेत मिळू शकते. कारण माझ्या डोक्यावर मर्ढेकरांचा हात फिरल्याची आठवण तिच्याकडून अनेकदा ऐकलेली.

पण हे केवळ नैमित्तिक!

मी साधारणपणे तीन-चार वर्षांचा असतानाच केव्हातरी कायमचे राहण्यासाठी म्हणून आम्ही ठाण्यात आलो. काकांच्या कुटुंबासमवेत एकत्र राहणे सुरू झाले. इथली पुढची पाच-सात वर्षांमधली (कारण नंतर काकांचे कुटुंब पुण्यास कायमचे म्हणून गेले.) माझ्या आठवणीतील आईची दोन वैशिष्ट्ये. मी, माझ्या बरोबरीचा माझा चुलतभाऊ आणि थोडी मोठी असलेली चुलतबहीण अशा आम्हा तीन भावंडांचा संसार तिने असा पेलला, की तोच आमच्या दैनंदिन संस्कारांचा भाग होता. माझी काकू बऱ्यापैकी आजारी असायची, त्यामुळे सारा घरगाडा आईच सांभाळायची. विहिरीचे पाणी भरणे, लाकूड जाळणाऱ्या चुलींवरचा, पाहुण्यारावळ्यांसह आठ-दहा माणसांचा दोन्ही वेळचा स्वयंपाक, आमच्या आळीपाळीने होणाऱ्या आजारांच्या खस्ता खाणे, नेहमीच रात्री उशिरा येणाऱ्या पाहुण्यांचा जेवणसत्कार आणि हे सारे उरकून, दुपारी महिला मंडळाचे कार्य (ती जिल्हाध्यक्षही होती!). हे सारे पुन्हा हसत-खेळत आणि सुट्टीच्या दिवशी घरच्या प्रौढांबरोबर पत्त्यांतील बिझिकचा डाव खेळत. विंदा करंदीकरांच्या शब्दांत तिचे या काळातील वागणे चपखल बसवायचे तर म्हणता येईल, ''संसाराच्या दहा फुटी खोलीत, दिवसाच्या चोवीस मात्रा चपखल बसविणारी तिची किमया मला अजून उलगडलेली नाही!''

काकांचे कुटुंब पुण्याला गेल्यानंतर, आमचे केवळ तिघांचे- मी, आई, वडील - कुटुंब राहिले. तोवर मीही नऊ-दहा वर्षांचा झालो होतो, आईचे एकत्र कुटुंबाचे कष्ट कमी झाले होते आणि आईचे माझ्यावर विशेष लक्ष केंद्रित होऊ लागले. मृदुतेचे व कठोरतेचे छान मिश्रण आईच्या स्वभावात होते. त्याचे प्रत्यय वेळोवेळी मला येऊ लागले.

आमच्या एकत्र कुटुंबात, काकांच्या श्रद्धा-पूजारूप प्रवासामुळे, आम्हाला रोज सायंकाळचा 'परवचा' सक्तीचा असे. रामरक्षा, भीमरूपी, काही गीतेचे श्लोक आणि पाढे, या बहुधा (थोडेसे पाढे सोडून) पुढील काळात माझ्या जीवनव्यवहारात पूर्णपणे निरुपयोगी ठरलेल्या गोष्टी प्रथे-परंपरेने लादल्या गेल्या होत्या. आईच्या बुद्धिनिष्ठतेने एकत्र कुटुंबाबरोबर मात्र, त्या विसर्जित झाल्या; आणि त्यांची जागा विविध छान छान कविता, गोष्टी, गमतीदार कोडी आणि गावातील वाङ्मयीन कार्यक्रमांना हजेरी, या जीवन समृद्धीच्या गोष्टींनी घेतली. मला नीट आठवते ते असे, की जून महिन्यात वरील इयत्तेची नवी पुस्तके घरात आली की काही दिवस रोज, नव्या पुस्तकांच्या दीर्घ वासाबरोबरच, खणखणीत आवाजात कविता म्हणण्याची संथा मला आईकडून मिळत राहिली. माझे आजवरचे कवितांचे पाठांतर आणि कवितेचे प्रेम ही मला कायम ची मिळालेली आईप्रणीत देणगी आहे. अशीच आणखी एक आयुष्यभर पुरविणारी देणगी आईने देऊन ठेवली आहे. त्याकाळी महिन्यातले चार दिवस आईला 'बाजूला बसावे' लागायचे. घरी आम्ही तिघेच. वडील सकाळी सहालाच घराबाहेर पडायचे. माझी शाळा दुपारची असायची. मग आईने मला चक्क स्वयंपाकातील विविध गोष्टी शिकवायला सुरवात केली. तिने बाजूने सूचना करायच्या आणि मी करायचे. ही शिकवणी बरेच वर्षे चालली; मला 'सुगरण' करून गेली.

कवितांवरून आणखी एक, पण महत्त्वाचे आठवले. मी, आई आणि वडील संध्याकाळी घरी गप्पा मारत बसलो आहोत. आई माझी दैनंदिन विचारपूस करते आहे आणि अशा क्षणी मी माझी पहिली-वहिली कविता त्यांना म्हणून दाखविल्याचे स्पष्ट आठवते आहे. ही कविता अर्थातच आईवरची असणार हे उघडच होते. ती कविता अशी :

हे आई,

बसलो मी एकला

येते तुझी आठवण

अन् मग

डोळे जाती पाणावून!

तुझ्या गे सहवासात

गेले रम्य बालपण

आठवून ते दिन

मन जाते हेलावून!

वास्तविक ही कविता मी आज लिहावी अशी आहे; पण वयाच्या दहाव्या वर्षी कवितेतील अनुभव, आशय यांपेक्षा कवितेची मांडणीच महत्त्वाची होती. यापूर्वीच्या कवितांचे चार-दोन प्रयत्न छान फसलेले होते. इतरांचे शब्द घेऊन कविता लिहिण्याचे ते प्रयत्न होते. (उदा. ''सकाळ झाली, सूर्य उगवला, अरूणोदय झाला....'' इत्यादी.) याच काळात, मी आणि माझा शेजारी मित्र दोघांनी मिळून हस्तलिखित मासिक सुरू केले होते. त्याला 'सवंगडी' हे नावसुद्धा आईने सुचविलेले होते. माझ्या आईने जाणीवपूर्वक केलेली आणि आजवर माझ्या आयुष्याचा अविभाज्य भाग बनून राहिलेली गोष्ट म्हणजे वाचन व लेखन. अगदी अलीकडेपर्यंत मी माझ्या आईचे वर्णन, ''महाराष्ट्रातील सर्वांत जास्त वाचन करणाऱ्यांपैकी एक'' असे करीत असे. डोळे साथ देत होते तोवर भिंग लावून ती तासन्‌तास वाचत राहायची; निदान वयाच्या नव्वदीपर्यंत हे चालूच होते. फार पूर्वी आईने मला म्हटले होते, की प्रत्येकाला कसला तरी छंद असला पाहिजे आणि तो लहानपणापासूनच जपला पाहिजे. यापुढील तिचे म्हणणे खूपच महत्त्वाचे होते. ''कविता किंवा गाणे हे छंद असे आहेत, की म्हातारपणी एकेक ज्ञानेंद्रिय निरुपयोगी होत गेले तरी कविता गुणगुणत-मोठ्याने किंवा मनातल्या मनात - आपण आपली स्वतःची करमणूक करून घेऊ शकतो. आपला वेळ छान घालवता येतो.'' तिने तिच्या आयुष्याच्या अखेरीस हेच केले. खुर्चीवर एकटेच बसून कविता गुणगुणत असल्याचीच तिची प्रतिमा आज अनेक संबंधितांच्या डोळ्यांसमोर आहे.

कुटुंब आमच्या तिघांचेच झाल्यापासून आणि मी मोठा होत गेल्यामुळे, आईला खूपच वेळ आणि खूपच स्वातंत्र्य मिळू लागले होते. तिला तिच्या माहेराकडून प्रागतिक विचारांचा वारसा मिळालेला होता. प्रागतिक विचारांनी वागण्यासाठी मन:स्वास्थ्य आणि मन-स्वातंत्र्य लाभल्यामुळे, पारंपरिक प्रथांतून, धार्मिकतेच्या दांभिक विचारांतून ती धीटपणे बाहेर पडू लागली. केव्हातरी तिने 'बाजूला बसणे'ही थांबवले. घरातील देवा-धर्माची कामे हळूहळू पण शिताफीने तिने कमी करत नेली आणि आपले लक्ष सामाजिक समस्यांकडे जाणीवपूर्वक वळवले. तिने (कदाचित, पहिली-वहिलीच असेल अशी) मोलकरणींची संघटना बांधली आणि त्यांना एका दिवस भरपगारी रजा मिळवून दिली. घराजवळच्या झोपडपट्टीत शाळा सुरू केली.

(आजही ही शाळा, महानगरपालिकेकडून मदत देऊन पण आईच्याच स्वतंत्र महिला संस्थेकरवी चालत आहे!) एवढेच नाही तर, मोठ्या हिरिरीने नगरपालिकेची निवडणूकही लढवली. आमच्या घरी होत गेलेल्या भौतिक सुधारणा याही तिच्या पुढाकाराने घडून येत होत्या. शेणाने सारवायच्या जमिनी जाऊन, घराला फरशी आली. घरात नळाने पाणी येऊ लागले. आणखी एक गमतीदार सुधारणांची मालिका इथे, नव्या पिढीच्या वाचकांसाठी सांगाविशी वाटते. आमच्या घरातील लाकडावरील चुलीचे रूपांतर कोळशांच्या चुलीत केव्हाच झाले होते. पुढे साधे कोळसे जाऊन, चुलीत दगडी कोळसे येऊन बसू लागले. त्या काळात गरजांनुसार जळणाच्या कोळशांत सुधारणा होत गेल्या. आता बदामी (आकाराचे) कोळसे आले, मग आले ते कांडी कोळसे (हे कोळशाच्या खरीपासून मशिनमधून तयार होऊन यायचे!) आणि मग एक दिवस आमच्या घरी रॉकेलचा स्टोव्ह आला. आजूबाजूला हे मोठे अप्रूप होते. (आई आवर्जून जवळपासच्या मैत्रिणींना आमंत्रण करायची. आल्यावर 'चहा टाकते' म्हणायची. त्या अर्थातच 'नको' म्हणायच्या. मग आमच्या आईचे ते ठराविक वाक्य यायचे. ''अहो पटकन होईल चहा; आमच्याकडे स्टोव्ह आहे ना!'') प्रगती अशीच पुढे चालू राहिली. आवाज करणारा रॉकेलचा स्टोव्ह जाऊन, वातीचा मुका स्टोव्ह आला; पण त्याचा एक दोष होता; भांडी बाहेरून काळी होत असत. मग आईने बाजारांतून शोधून काढला तो वातीचा निळी ज्योतवाला स्टोव्ह. ही तर मोठीच प्रगती होती. पुढे यथावकाश गॅस आला आणि आजवर तो आमच्या घरी स्थिरावला. सोबतीला एक इलेक्ट्रिकची शेगडी आणि आता, आईच्या अगदी उतार वयात मायक्रोवेव्ह व इंडक्शन आले आहे.

आईच्या बाह्य सामाजिक कार्याबरोबर व्यापक अशा सासर-माहेरच्या कुटुंबातील सुटसुटीत स्त्री असल्यामुळे, मुलींचे विवाह ठरवणे, डोहाळजेवण, बारशी करणे, घरात निराधार नातेवाईकांना सांभाळून नोकरी लावून देणे, बाळंतपणे, आजारपणे हीदेखील नातेवाइकांकडे जाऊन निस्तरणे अशी अनेक 'सामाजिक' कामे ती वर्षानुवर्षे करीत आली. 'मी, आजवर एकूण पस्तीस वेळा, नातेवाइकांच्या आजारपणात इस्पितळात राहिले आहे, हे ती अभिमानाने सांगत असे. अलीकडे, अनेकांची, कुणीतरी इस्पितळात आजारी माणसाला सोबत करण्याची मोठी गरज असते. माझ्या आईसारखी, आपणहून ही सेवा पुरविणारी माणसे मात्र विरळा होत चालली आहेत.

आईच्या प्रगतिशील आचार-विचारांचे एक उदाहरण आवर्जून देण्यासारखे आहे. आईच्या पन्नासाव्या वर्षी तिचे पती, माझे वडील एका 'मे' महिन्यातील शनिवारी

पहाटे अचानक वारले. घरी तिच्याबरोबर मी एकटाच होतो. वडील अस्वस्थ झालेले पाहून आईने त्यांचे डोके आपल्या मांडीवर घेतले आणि मला हाक मारून डॉक्टरांना आणायला धाडले. डॉक्टरांनी वडील वारले असल्याचे मला सांगितले. मी आईला तसे सांगितले. आईने शांतपणे वडिलांचे डोके मांडीवरून उचलून अंथरूणावर ठेवले आणि मला भराभर सूचना दिल्या : ''आधी पुण्याला फोन कर म्हणजे त्या लांबच्या लोकांना निघून यायला वेळ मिळेल. मग, घराजवळ राहणाऱ्या आणि वडिलांच्याच कचेरीत काम करणाऱ्या गृहस्थांकडे धाडले; कारण, पहाटे सहाला ते कचेरीत जाण्यासाठी घराबाहेर पडले असते. त्यांना कळले म्हणजे, कचेरीतल्या सगळ्यांना आपोआप कळेल, अशी ही हुशारी. मग मुंबईतील जवळच्या नातेवाइकांचे आपल्या डायरीतले फोन नंबर्स देऊन, त्यांना एकेकाला फोन करायला पाठवले. (त्यावेळी आमच्या घरी फोन नव्हता आणि संपूर्ण आळीतही एकच फोन होता!) ही सारी धावपळ करून पहिली-वहिली माणसे येईपर्यंत, आलेले वृत्तपत्र मी व आई चाळत बसलो. रडणे, भेकणे नाही हे यातले वैशिष्ट्य. आयुष्यातील अनेक बऱ्या-वाईट गोष्टीप्रमाणेच मृत्यू - अगदी जवळच्या माणसाचा मृत्यूही सहजपणे स्वीकारण्याचा धीटपणा आणि प्रगल्भ विचार आईने मला दिला.

पण, ही माझी आठवण इथेच थांबत नाही. माझ्या आईची वैचारिक उंची सांगणारी आठवण तर पुढेच आहे.

वडील गेले तो शनिवार गडबडीतच गेला. दुसराही दिवस रविवार असल्यामुळे, खूप पाहुणे घरी राहिलेले. आई आतल्या खोलीत आणि मी बाहेरच्या खोलीत. बरेच लोक आम्हाला भेटायला येत होते. औपचारिकता पाळून परत जात होते. घरात माझ्या वडिलांचे मोठे बंधू-माझे चुलते होते. आम्ही त्यांना दादा म्हणत असू. त्यांचे माझ्या वडिलांवर म्हणजे त्यांच्या धाकट्या भावावर उदंड प्रेम होते. भावाभावांचे भांडण किंवा वादविवाद आम्ही कुणीच कधी अनुभवले नव्हते. अनेक लोकांचे आत-बाहेर चालले होते; आईचेही बसल्या जागेवरून स्वयंपाकघराला सूचना देणे चालूच होते. जरा उसंत मिळाल्यावर आईने मला हाक मारून जवळ बोलावले आणि माझ्या कानांत दोन गोष्टी तिने सांगितल्या. एक म्हणजे, ''दादा आपल्या घरातील सर्वात वयस्कर गृहस्थ आहेत, त्यांना भावाच्या निधनाचे खूप मोठे दु:ख झाले आहे. अशावेळी (त्यांची धार्मिकता लक्षात घेऊन), पहिले दहा दिवस ते म्हणतील तसे, त्यांच्या समाधानासाठी कर. नंतर श्राद्ध वगैरे कधी काही केले नाहीस तरी चालेल.'' दुसरी गोष्ट फार वेगळीच आहे. तिने सांगितले, ''आजच्या

वृत्तपत्रात पिंग्यांचा पाडगांवकरांवर एक खूप छान लेख आहे. तो सावकाशीने पण आवर्जून वाच. या गडबडीत तो वाचायचा राहून जाईल!''

पती निधनानंतर कुंकू न पुसणारी, मुळातच सावरलेली आणि लगेच कामाला लागणारी अशी ही माझी आई, अशीच ताठपणे पुढील सुमारे ४५ वर्षे जगली. मी माझ्या आयुष्यात ना कधी देवाला नमस्कार केला, ना पूजा केली, ना कधी कणभरही धार्मिक गोष्टींना सामोरा गेलो. आईने मला कधी विरोध केला नाही, तर या गोष्टी मनोमन तिने उचलूनच धरल्या. आईने रुजविलेल्या धीटपणामुळेच ना मला कधी देवाची भीती वाटली, ना त्याची कधी गरजही लागली.

आईने कसा रुजवला होता असा टोकाचा धीटपणा? ही काही एका दिवसात शिकण्याची गोष्ट नव्हती. एकुलता एक मुलगा म्हणून केवळ माझे कधी लाड झाल्याचे आठवत नाही. आठव्या-नवव्या वर्षीच आईने मला पोहायला सक्तीने पाठवले. सायकल शिकणे, गळ टाकून तळ्यातले मासे पकडणे (व परत तळ्यात टाकणे!), जंगलात मनसोक्त भटकणे (त्या काळी, ठाण्यामध्ये, आमच्या घरापासूनच प्रचंड जंगल सुरू व्हायचे.), झाडावर चढून कैऱ्या, जांभळे काढणे, करवंदांच्या जाळ्यांतील काटे सोसणे, जवळच्या स्मशानात जाऊन हाडे कवट्या जमा करून शाळेच्या प्रयोगशाळेला देणे, शेजाऱ्या-पाजाऱ्यांची सांगतील ती कामे करणे, मारामाऱ्या करणे; पण घरी रडत न येणे, रात्री-बेरात्री एकट्याला कुठेही पाठवणे, आगगाडीने एकट्यालाच पुण्याकरता बसवून देणे, अशी कितीतरी गोष्टींची मुभा मला माझ्या आईच्या राज्यात मिळत असे. रोज संध्याकाळी व्यायाम शाळेत जाऊन खेळलेच पाहिजे (कारण घरी डास चावतात म्हणे!) सहली मग त्या शाळेच्या असोत वा व्यायामशाळेच्या, त्या न चुकविणे. मुला-मुलींच्यात सहजपणे वावरणे अशा कित्येक गोष्टी, आईने पुरविलेल्या स्वातंत्र्याने आनंदाने भोगता आल्या. आईने मला घडविले असे म्हणण्यापेक्षा मला घडण्यासाठी, आपणहून घडण्यासाठी आईने मोकळे सोडले, असेच मी म्हणेन. मुले बंधनांनी नव्हे तर मुक्ततेने घडतात हे आधुनिक तत्त्वज्ञानच जणू आईने माझ्या बाबतींत अमलात आणले.

आई तिच्या वृद्धत्वात माझ्याबरोबर काही वर्षे वाईत, मग पुण्यात राहिली; पण माझ्या व्यस्त जीवनामुळे तिला करमेनासे होऊ लागले. वाचनही कमी होत गेले होते. मग ती चक्क ऐना या खेड्यामध्ये, आमच्या ग्राममंगल संस्थेत राहायला गेली. तिथले सगळेच कार्यकर्ते तिची छान काळजी घेत आणि शिक्षक मंडळी तिच्याकडून

नवनवे श्लोक, अन्योक्ती, कविता, कोडी वगैरे शिकून घेत. तिथे नेहमीच अनेक पाहुणे येत. ते आवर्जून या वृद्ध आईशी गप्पा मारायला येत. खूपच रमली होती ती तिथे. शेवटी तिला शारीरिकदृष्ट्या सांभाळावे लागत असल्यामुळे मी तिला परत माझ्या घरी घेऊन आलो.

अलीकडेच ३० जुलै २०१६ ला आईचे निधन झाले. त्या वेळी मी घरी पुण्यात नव्हतो. नेमका खूप दूर चंद्रपूरला दिवसभरचे शिबिर घेण्यासाठी गेलो होतो. आईच्या निधनाची बातमी फोनवरून कळली तेव्हा येणे शक्य नव्हते आणि समोर हजारभर शिक्षक प्रशिक्षणाच्या तयारीने बसलेले. मृत्यू, जवळच्या माणसाचाही मृत्यू सहजतेने, एक निसर्ग सत्य म्हणून स्वीकारायचा हीच आईने उदाहरणाने घालून दिलेली शिकवण. घरी फोन करून माझ्या मुलावर अंत्यसंस्काराची जबाबदारी देऊन मी पुन्हा कामासाठी निश्चिंत. सायंकाळी, ज्यावेळी पुण्यात आईवर अंत्यसंस्कार झाले त्या वेळी मी नागपूरच्या एअरपोर्टवर स्वस्थपणे आईला आठवत बसलो, आठवणींच्या त्या कल्लोळातच कविता लिहिली.

सख्य संपले!

सख्य संपले
आई, पंच्याहत्तर वर्षांचे आपले
सख्य संपले!

कोण कुणाची काळजी करीत होते?
काळजी घेत होते?
कोण कुणाला आधार देत होते?
धीर देत होते?
कुणाच्या विश्वातून कोण नाहीसे झाले?
दिसेनासे झाले?

सख्य संपले
एवढेच खरे आहे !
पंच्याहत्तर वर्षांचे आपले
सख्य संपले !

एखादा दिवा विझतो
तेव्हा मागचे सारे आयुष्य
प्रकाशमान होऊन दिसू लागते!
न दिसलेले बरेच मोती हाती येतात,
आपापली कहाणी सांगत विरून जातात.
न मिळालेले सारे क्षण गर्दी करून येतात,
क्षणात निघून जातात, रिते होतात

एखादा जीव विझतो
तेव्हा त्याच्याबरोबर उगवलेले
सारे विश्व मावळून जाते

कोण कुणाचे आधी असते?
कोण नंतरही राहते?
कोण कुणाच्या जवळ असते?
जळत राहते?

कोण कुणाला साठवून ठेवते?
आठवत राहते?
सख्य संपले
एवढेच खरे असते!
पंच्याहत्तर वर्षांचे आपले सख्य
आई, आता संपले आहे!

रात्री सुमारे ११ वाजता घरी पोचलो. घरी फक्त पत्नी आणि माझ्या घरी शिकायला आणि आईला सांभाळायला असलेल्या दोघी मुली. दिवसभरच्या घटनांची उजळणी झाली. मी नेहमीच्या आईच्या पलंगाकडे पाहिले. तेथे आई नव्हती. इथे, तिथे कुठेच ती नव्हती. आता ती कधीच असणार नव्हती. आमच्या घरापुरते तरी तिचे अस्तित्व संपले होते.

तिचे माझे पंच्याहत्तर वर्षांचे सख्य संपले होते!

माझं मृत्युंजयी 'मायपण'

डॉ. यशवंत मनोहर, ज्येष्ठ साहित्यिक

मैनाबाई नावाच्या करुणेच्या क्षितिजातून मी उगवलो. माझा जन्म झाला आणि काही दिवसांनंतर तिच्या मनात स्वप्न पाहण्याची एक नवीच इच्छा निर्माण झाली. ही इच्छा तिच्यापेक्षाही कितीतरी पटीनं सुंदर आहे असं तिला सतत वाटलं. आयुष्यभर ती या इच्छेचा पिसारा होऊनच जगली.

या माझ्या मायला मी आजवरही धन्यवादच देतो आहे. १९९१ मध्ये ती मरण पावली. ती जिवंत असताना मी तिला माहीत होणार नाही या पद्धतीनं सतत धन्यवाद देत होतोच; पण तिच्या मृत्यूनंतर आजवरही मी तिच्यासंबंधीची कृतज्ञता व्यक्त करण्यासाठी सारखा धडपडतो आहे. ही कृतज्ञता सर्वार्थांनी व्यक्त करणारे सर्जक शब्द मला आजवरही सापडत नाहीत. ही कृतज्ञता शब्दांना अशी हतबल करणारी आहे.

जगात अनेक दुष्ट गोष्टी आहेत; पण त्यांच्यावर मात करून स्वतःतील माणूसपण तेजस्वी करीत जगता येईल अशा अनंत सुंदर गोष्टीही जगात आहेत.

हृदयशून्यतेनं मला इतकं छळलं तरी जीवनाच्या प्रेमात मी अधिकाधिक खोलच उतरत गेलो. अंतरिक्षाशी, निसर्गाशी, समुद्राशी, वाऱ्याशी, पावसाशी, उगवतीशी, मावळतीशी, अद्भुत चांदण्याशी, फुलांशी, रंगांशी, गंधांशी, आपल्या मनातील सुंदर कल्लोळांशी, स्त्री-पुरुषांच्या मनांमधील मोहकतेशी जीव ओतून नातं जोडता आलं, की जीवन केवढं सुंदर आहे ते आपल्या लक्षात येतं. हे सौंदर्य अधिकच उत्कट, अधिकच परिणतप्रज्ञ, अधिकच जबाबदार, अधिकच निर्भय आणि सर्वांची काळजी वाहणारं असावं हेही आपल्याला उत्कटपणे वाटतं. माणसाच्या उजेडात शिरलेले अंधाराचे कण, माणसाच्या निर्मळपणात घुसवलेला गढूळपणा आणि माणसाच्या सामंजस्याला दयनीय करणारी अनुदारता आपल्याला स्वस्थ बसू देत नाही. दुनियेला हितसंबंधांच्या युद्धाचं रूप आलेलं आहे हे आपल्याला दिसतं. या वणव्यात उभे राहूनही आपण स्वप्न पाहतो. ते स्वप्न सौहार्दाचं असतं. माणसांमधल्या परस्परोपकारक संबंधांचं असतं. मग माणसाला याच अंतर्विरोधांच्या गर्दीत आपल्या जगण्याचा उद्देश सापडतो. आपले शब्द मग नागवल्या जाणाऱ्या माणसाच्या बाजूनं उभे राहतात. शोषणाचा आणि विषमतेचा पहाड फोडण्यासाठी सुरुंग होतात. अशी ही दुनिया आहे. अशा या हिंस्र जनावरांच्या आणि या जनावरांशी मुकाबला करीत माणूस जगवू पाहणाऱ्या माणसांच्या दुनियेत मला माझ्या मायमुळे येता आलं.

मायला तिच्या लहानपणापासून गरिबीशी लढावं लागलं. नागपूर जिल्ह्यातल्या येरला या अंधाराच्या छोट्या बेटावर तिचा जन्म झाला. तिचे आई-वडीलही शेतात मोलमजुरी करणारेच होते. तिचं लहानपणही या कष्टांनीच करपवलं होतं. तिच्या आई-वडिलांच्या घराशेजारीच मनोहरांचं घर होतं. विश्राम मनोहरांच्या राजाराम या मुलासोबत तिचं लग्न झालं. इथंही तिला कष्टच करावे लागले. तिच्या लग्नानंतर राजारामला त्याच्या वडिलांनी वावर घेऊन दिलं. म्हणजे आता ती स्वतःच्याही शेतात कष्ट करू लागली. राजाराम गुराखी होता. गावातली सर्व गाईगुरं चारण्याचं काम त्यानं या काळात केलं. पुढं ते काम त्यानं सोडलं. राजाराम पुढं शेतकरी झाला.

माझा जन्म मायच्या पोटी २६ मार्च १९४३ मध्ये झाला. मी तिचं आठवं अपत्य. पहिला मुलगा आणि त्याच्या पाठी जन्माला आलेली मुलगी ही दोन्ही अपत्ये त्यांच्या लहान वयातच मरण पावली होती. त्यानंतर तिला सहा मुलंच झाली. मी तिचा शेवटचा मुलगा. माझा जन्म दुसऱ्या महायुद्धाच्या उन्हात झाला. काळ मंदीचा होता आणि गोरगरिबांचे जीवनं अत्यंत दीनवाणी झाली होती. पैसा नव्हता. शेतीचं उत्पन्न बेताचं, गरिबांची अशी होरपळ सुरू होती. या वणव्यात माझा जन्म झाला.

एका बाजूनं हा वणवा आणि दुसऱ्या बाजूनं मला मायचा नकार अशा दुहेरी वणव्यात मी जन्माला आल्याआल्याच सापडलो. मायचा मला नकार यासाठी की मी मुलगी झालो नाही. अगदी सुरुवातीला तिला झालेली मुलगी चार-दोन महिन्यांतच प्लेगच्या साथीत मेली होती आणि पुढं मग दर बाळंतपणाच्या वेळेला तिला मुलंच झाली. मी तिचं शेवटचं अपत्य. या वेळीतरी आपल्याला मुलगी व्हावी असं तिला खूप वाटत होतं; पण तिला मुलगीऐवजी मुलगाच झाला. मी तिला नको असलेला मुलगा होतो. ती मला दूध पाजत नव्हती. जवळ घेत नव्हती. 'मरू द्या त्याले, टाकून द्या न्हानीत,' असं म्हणून ती आपला राग व्यक्त करीत होती. त्या नुकत्याच जन्मलेल्या बाळाला यातलं काहीही कळणं शक्य नव्हतं. मानवी जीवनात त्या बाळानं पहिलं पाऊल टाकलं आणि त्याच्या वाट्याला प्रत्यक्ष त्याला जन्म देणाऱ्या मायचाच निषेध आला. मायशी तिच्या पोटात होतो तेव्हापासूनच माझा संबंध जडला; पण तिच्या सुरवातीच्या निषेधावर मात करीतच मी जगलो. पुढं मात्र हा राग तिनं गिळून घेतला आणि गरिबीशी भांडत तिनं मला जगवलं. येरल्यात चौथीपर्यंतच शाळा होती, नंतर मी पाचवी ते दहावीपर्यंत काटोलला शिकलो. १९६१ ला मी औरंगाबादेला बाबासाहेबांच्या मिलिंद महाविद्यालयात शिकायला गेलो. १९६७ मध्ये एम.ए. झालो. नंतरची दोन वर्षे पैठणच्या महाविद्यालयात मराठीचा प्राध्यापक होतो. या काळात माय आणि वडील दोघंही पैठणला आले होते. एकदा औरंगबादेला आले होते. १९६९ मध्ये मी नागपूरच्या नागपूर महाविद्यालयात आलो. हे शासकीय महाविद्यालय! तेव्हापासून तिच्या मृत्यूपर्यंत माय माझ्याजवळच होती.

मायला मी नकोसा होतो, मी मरावा असं तिला वाटत असे हे तिनं आणि वडिलांनीच पुढं पुष्पाला सांगितलं; पण हे निषेधपर्व अल्पकाळच टिकलं. पुढे मीच तिचा सर्वांत लाडका झालो. जन्माला आल्या आल्या तिनं मला रडवलं आणि पुढं तीच माझ्यासाठी रडली. माझ्या दुःखानं रडली आणि माझ्या गौरवानंही रडली. तिनंच माझ्या अगदी बालपणातल्या आठवणी सांगितल्या; पण मला अंधुकपणे आठवते ती आठवण माझ्या केशव नावाच्या भावानं मला मारल्याची! तो घरात शिकणारा पहिलाच, दुसरी तिसरीत असेल तो. तो अभ्यासाचं काही लिहीत होता. माझा धक्का लागून त्याची दौत कलंडली. सारी शाई सांडली. तो चिडला. त्यानं मला मारलं. या वेळी मायनं मला पोटाशी घेतलं आणि माझ्या वाट्याचं ती रडली. म्हणजे मला मारल्याच्या यातना तिला झाल्या होत्या. वळ माझ्या पाठीवर उमटले होते आणि डोळे तिचे भिजले होते. ती केशववर रागावली होती. हेच तिचं मन पुढं

१९९१ पर्यंत माझ्या वाट्याला आलं. माझ्या जन्मानंतर तिनं मला जे हिडीसफिडीस केलं त्याच्या यातना तिलाच झाल्या आणि मला दिसू नये म्हणून मनातल्या मनात तीच रडत राहिली.

तिच्या कुटुंबानं पूर्वी कधीही बघितलं नाही असं काही माझ्या निमित्तानं घरात उगवत आहे हे ती पाहत होती. हे गावगाड्यात पिचणाऱ्या तिच्या मनाला नवीन होतं. आहे त्या थांबलेल्या जीवनापेक्षा नव्या जीवनाचं स्वप्न पाहणारं स्वप्न आपल्या पोटी जन्माला आलं आहे असं तिला आता वाटत असावं. तिला निष्पर्ण करणाऱ्या तिच्या आणि आजूबाजूच्याही खेड्यात लेखक वा साहित्यिक असं माणसाचं रूप तिनं बघितलंच नव्हतं. खेड्यातलं जातींच्या भिंतींमधलं आणि गरिबीनं करपणारं पर्यायशून्य जीवनच तिला माहीत होतं. कोणत्याही मनाला नवी पालवी येणार नाही अशीच तिच्या भोवतीच्या मनांची बांधणी झाली होती; पण मला ती नवनव्यानं उगवताना बघत होती. तिनं कल्पनाही केली नव्हती अशी उजेडाची फुलं आपल्या घरात फुलत आहेत, असं तिला वाटत असावं. तिचं मन ही नवी वळणं बघत होतं. घरात उगवणाऱ्या नवनव्या उषःकालांशी ती बोलत होती. तिच्या मनाचं पुनर्वसन होत होतं. दुनियेबरोबर मी बदलत होतो आणि माझ्यासोबत राहणारी माय या बदलांचा उजेड खुडत होती. तिच्यासाठी जीवन जगण्याचा हा प्रकार पूर्ण नवीनच होता. डॉ. यू. म. पठाण, त्र्यं. वि. सरदेशमुख, निर्मलकुमार फडकुले, गोविंद तळवळकर, डॉ. श्रीराम लागू, दादासाहेब रूपवते, बाबुराव बागूल, गो. म. कुलकर्णी, गंगाधर गाडगीळ, डॉ. जनार्दन वाघमारे, माईसाहेब आंबेडकर, वामनदादा, य. दि. फडके, भालचंद्र फडके, संभाजी कदम, आत्माराम भेंडे, नरेंद्र दाभोळकर, गोविंद पानसरे, रा. ग. जाधव अशी अनेक मोठी माणसं तिच्या लेकाकडे आलेली तिनं पाहिली. हे या अशिक्षित मायसाठी अपूर्वच होतं. आपलं लेकरू येरल्याच्या अंधारात जन्माला आलं तरी आता थोरामोठ्यांसोबत त्याचं उठणंबसणं आहे याचं अनोखं समाधान तिच्या डोळ्यांत मावत नव्हतं. एकदा पु.ल. देशपांडे घरी आले. सुनीताबाईही होत्या. मी एका आजारातून बाहेर आलो होतो. भाईंच्या येण्यानं मला खूप धीर मिळाला. या वेळी या माझ्या वृद्ध मायजवळ भाई गेले. तिच्या चेहऱ्यावरील सुरकुत्यांच्या जाळ्यात नवं तेज दाटून आलं. 'मा, हे पु. ल. देशपांडे, महाराष्ट्रातले फार मोठे लेखक.' मी भाईंचा परिचय तिला करून दिला. भाई लगेच तिला म्हणाले, 'आई, मी मोठा लेखक आहे; पण तुझ्या लेकाएवढा मोठा नाही.' भाईंच्या या मोठ्या मनानं मला अपार नम्रता शिकविली आणि भाईंसाठी मायच्या डोळ्यांत कृतज्ञतेची आसवं जमली.

या तिच्या आसवांना खूप संदर्भ असावेत. आपण याच आपल्या मुलाला दूध पाजत नव्हतो. आईच्या मायेची ऊब त्याला आपण नाकारली. त्याचा आकांतही आपल्याला ऐकायला आला नाही. ... पुढं सात-आठ वर्षांचा झाल्यावर आपण त्याला वावरात निंदण करायला नेलं. भुईमुगाच्या शेंगा तोडायला नेलं... त्याची निंदणाची अर्धी पाथ आपणच पूर्ण केली... पाचवीनंतर चार वर्षे तो काटोलला पायीच शिकायला जायचा. तीन कोस जाणं, तीन कोस येणं अशी पायपीट व्हायची. पायात घालायला आपली गरिबी त्याला चप्पलही देऊ शकली नाही. या सर्व आठवणी तिच्या गळ्यात या वेळी गदगदल्या असतील. तिची या वेळची आसवं मला अनेक अर्थांच्या कवितेसारखी वाटली. तिच्या डोळ्यांतील ही कविता मी कळायला लागलं तेव्हापासून वाचतो आहे. या कवितेनंच तर मला कविता लिहायला आणि कष्टांचा डोंगर उपसायला सांगितलं.

१९५६ पूर्वीच माझं धार्मिक घर निधर्मी झालं. पूर्वी आईबाबा विठ्ठलाची पूजा करीत. विठ्ठलाची पितळेची मूर्ती घरी होती. इतरही सहयोगी मूर्ती होत्या; पण धम्म स्वीकारानंतर माय आणि बाबांनीच आता या सर्व मूर्ती नदीत शिरवल्या. ते आधीही सकाळी सूर्याला हात जोडायचे. त्यांच्या आयुष्यभर त्यांनी हे पाळलं. त्यांनी भक्तिवंश आता सोडला होता. सूर्यवंशी मात्र ते शेवटपर्यंत उरले होते. १९४७ च्या सुमारास शंकर आणि संतोष या माझ्या भावांनी घरापुढं निळा झेंडा लावला होता. बाबासाहेबांचा फोटो घरात होताच. माय आणि बाबा आता आकाशातील सूर्याला सकाळी आणि बाबासाहेबांच्या फोटोतील महासूर्याला आंघोळीनंतर हात जोडायचे.

मी नास्तिक झालो. पराकोटीचा नास्तिक झालो. त्याची बीजपेरणी अशी मायकडून आणि सदाशिव नावाचा माझ्या भावाकडून झाली. जगात ईश्वर आहे ही पॉवरफुल थाप प्रथम ज्यानं मारली तो जगातला पहिला थापाड्या आहे. तोच या थापापरंपरेचा आद्यप्रवर्तकही आहे. या माझ्या तर्कसौंदर्याचा उषःकाल मायच्या अशा कृतींमधूनच माझ्यात झाला असावा. देव नाही असा उपदेश वगैरे तिनं मला कधीच केला नाही; पण तिच्या अशा काही कृती माझ्यासाठी बंडखोर तत्त्वज्ञानाची भूमिका करून गेल्या.

अगदी पहिली दुसरीच्या काळात शाळेत जाणं मला अजिबात आवडत नसे. चौथीत मात्र मी अभ्यासात रमायला लागलो. घरी शाहिरी होती. सदाशिव, रामाजी, केशव या तिघांचाही तमाशाचा फड होता. रामाजी ढोलकीवाले होते तर सदाशिव

आणि केशव हे कलगीवाले शाहीर होते. त्यांची त्या भागातल्या शाहिरांसोबत जुगलबंदी चालत असे. सवाल-जवाब होत. हे भाऊ अधूनमधून घरीच तालमी करीत. तालीम म्हणजे बैठक. ते नवनव्या लावण्या, झगडे, पोवाडे बसवत. घर छोटं. त्यामुळं माझा अभ्यासाचे तीनतेरा वाजत. माझ्या निरक्षर आईला हे कळत असे. ती भावांवर रागवत असे. मी काय वाचतो, काय लिहितो हे तिला कळण्याचंही काही कारण नव्हतं; पण माझ्या अभ्यासासाठी अशी काळजी ती घेत असे. केशव माझ्यापेक्षा मोठा भाऊ चौथी शिकला होता; पण त्याला चौथीनंतर शाळा सोडावी लागली होती. तो बुद्धिमान होता; पण गरिबीनं त्याला शिकू दिलं नाही. मी सर्वांत लहान म्हणून मला किमान सातवीपर्यंत शिकविण्याची हिंमत वडिलांनी जुळवली होती. सातवी शिकल्यानंतर मास्तर होता येतं हे त्यांना माहीत होतं. केशव मात्र माझ्यावर चिडत असे. कारण माझ्यामुळंच त्याला शाळा सोडावी लागली होती. तो अधूनमधून मला मारत असे आणि आपला राग शांत करीत असे.

मायनं मात्र मला कधीही मारलं नाही. वडिलांनी मात्र मी शाळेत जावं म्हणून खूप मारलं. एकदा वडिलांनी काटोलच्या बाजारातून टिकल्यांची टोपी आणली होती. ती मी नदीवर नेऊन धुतली. खराब झाली. एकदा वडिलांनी शर्ट घेऊन दिलं. पँट घेतली नाही, त्यामुळे मी ते शर्ट दगडानं दगडावर ठेचून काढलं. असे आगळिकेचे अनेक प्रसंग आठवतात; पण अशा प्रसंगांच्या वेळीही आई बोलत नसे. आपली गरीब आसवं ढाळीत असे. तिच्या आसवांना फुटलेले शब्द मला दिसत असत. तिची ही उदास आसवं मला आज विद्यापीठासारखी वाटतात. मला या आसवांनी खूप शिकवलं. अजूनही माझ्या हातून असं काही घडलं की तिच्या आसवांचे ढग माझ्याभोवती जमा होताहेत असा भास मला होतो. तिच्या हा शब्दातीत प्रशिक्षणामुळे मी कविता वा मॅक्झिम यांना कधीही मारलं नाही.

मायनं कधीच मला उपदेश केला नाही. शब्दांऐवजी ती तिच्या समंजस कृतींनी, आसवांनी आणि मौनानं बोलली. असं तिनं मला शब्दातीताचं वाचन करायला शिकवलं. माणसांचे चेहरे आणि डोळे, माणसांच्या कृती आणि न दिसणारी काळजं वाचण्याची विद्या मला मायनंच शिकविली.

घरात अंदाधुंद गरिबी होतीच. शेतीतलं उत्पन्नही कमी. माझ्या जन्मानंतरचा काळ मंदीचा. भाकर, भाजी मिळणंही कठीण झालं होतं. पैसा दुर्मीळ झाला होता. नुसतीच तुरीची डाळ शिजवून तिनं आम्हाला चारली. मोठे भोपळे उकडून तिनं आम्हाला

खाऊ घातले आणि घर तगवलं. शेतातली अंबाडीची भाजी, अंबाडीच्याच भाकरी आणि मोहाची भाजलेली फुलं चारून तिनं कुटुंबाच्या श्वासांमध्ये बळं भरलं.

पाचवीपासून आठवीपर्यंत मी काटोलच्या शाळेत शिकलो. पायीच जावं लागे. आगगाडी होती; पण त्याकाळी खूप कमी पैसे लागत असलेल्या तिकिटासाठीही पैसे नव्हते. सकाळी सात-साडेसातला बेसनभाकर खाऊनच मी निघत असे. सायंकाळी सातसाडेसातलाच घरी येत असे. दिवसभर मी या काळात माझ्या भुकेला पाणी पाजून समजावलं. बटाटे, वांगी, मूगडाळ, उडदाची डाळ अशाही डाळभाज्या जेवणात असत. खूपदा उडदाचीच डाळ आणि उडदाचीच भाकर जेवणात असे; पण मला तिच्या हातचं बेसन खूप आवडायचं. बेसनाला चून म्हटलं जाई. १९६१ पर्यंत म्हणजे मी काटोलात असेपर्यंत माझ्या आयुष्याला या बेसनानंच सांभाळलं आहे. याचं कारण घरच्याच शेतीत हरभरे होत. बेसन लवकर शिजत असे आणि डाळीच्या थोड्या पिठात जास्त बेसन होत असे. अनेक वर्षे बेसन हाच आमच्या घराचा राष्ट्रीय पदार्थ होता.

मी नववी, दहावीला काटोलच्याच बनारसीदास रुईया हायस्कूलमध्ये शिकलो. या वेळी मी दोन रुपये भाड्याची खोली केली होती. माय परीक्षांच्या काळात दोन्ही वर्षी माझ्याजवळ राहिली. हा काळ दोन-दोन महिन्यांचा तरी असायचा. स्वयंपाक करण्यात माझा वेळ जाऊ नये म्हणून ती येई. याही काळात गरिबीच्या निर्देशानुसार अनेकदा ती बेसनच करी; पण तिच्या हातचं बेसन मला त्याहीवेळी विशेषच चवदार वाटत होतं. १९६९ मध्ये मी नागपूरच्या शासकीय नागपूर महाविद्यालयात प्राध्यापक म्हणून रुजू झालो. तोवर मी शिक्षणाच्या आणि नोकरीच्या निमित्तानं औरंगाबाद, पैठण आणि काही काळ हिंगोली येथे राहिलो; पण नागपूरला आल्यावर मी मायला नागपुरात घेऊन आलो. माझं लग्न व्हायचं होतं. परिस्थिती बरी होती; पण मी तिला अधूनमधून बेसन करायला लावीत असे. १९७० मध्ये माझं लग्न झालं. पुष्पा माझ्या जीवनात आली. आजवरही तिला मी माय करीत होती तसं बेसन करायला सांगतो. कधी कधी मी स्वतःही तसं बेसन करतो.

१९ मार्च २०१७ ला मी माझ्या मुलीकडे मुंबईला होतो. आम्ही सर्वच मोठ्या बर्मी हॉटेलमध्ये जेवायला गेलो. बर्मी पदार्थ चांगलेच होते; पण शेवटी वेटरला बोलावलं आणि आता बेसनभात आण असं मी हसत हसत म्हणालो. तिथं हे

मिळण्याची शक्यताच नव्हती; पण मुलगी, जावई, नातू ऊर्जायन आणि नात इलिना सर्वच हसले. मीही हसलो.

तर तिच्या हातच्या बेसनाची चव अजून माझ्या जिभेला सोडत नाही. अडचणींचं अरण्य तुडवताना या बेसनानंच माझ्या आयुष्यात मोठ्या जीवनसत्त्वाची भूमिका केलेली आहे. ही माझी माय गरीब होती; पण मनानं ती खूप श्रीमंत होती. भांडण तिच्या रक्तातच नव्हतं. कुटुंब, नातेवाईक, शेजारी या सर्वांनाच सुखी पाहू इच्छिणारी तिची प्रकृती होती. ती नद्याजोडणी प्रकल्पासारखी होती; पण सर्वांचीच काळजी वाहणारं मायचं मन दुर्बळांसाठी अधिक जळायचं. सर्वांनाच तिच्या मायेचं औषध काही दुखलंखुपलं तर हवं असायचं. ज्यांच्या आजारात माय रात्र रात्र जागली ते तिचे काही नातू, नाती तिला त्यांच्या आईबापांपेक्षा लाडाची मानतात. शेजारीपाजारी कोणी आजारी असलं, कोणाच्या घरी भांडणतंटा झाला तर माय तिथं न बोलावता जायची. चौकशी करायची. धीर द्यायची. मी तिला छान छान नऊवारी पातळं घेऊन द्यायचो. ही पातळं तिच्या पाचही सुना हक्कानं पळवायच्या. तो त्यांना त्यांचा हक्क वाटे. मायला याचा आनंद होई. 'माहा काय बापा, दाहा गेले न पाच रायले. मले काय कराचं आता भारी भारी लुगडे नेसून!' असं ती म्हणायची आणि हसायची. या तिच्या हसण्यात माझा गौरव असायचा आणि सुनांसंबंधीचं निःस्पृह प्रेम असायचं. मुलगा आणि सून यांच्यात काही छोटंमोठं भांडण झालं तर ती सुनेची बाजू घ्यायची आणि मुलाला समजावून सांगायची. सून ही परक्या घरून आपल्या घरी आली. तिला हे घर स्वतःचं वाटेल असा लळा तिला लावावा, असं ती म्हणे.

कुटुंब मोठं होतं. ती सर्वांचीच लाडाची होती. सर्वांनाच तिचा आधार वाटे. १९७० मध्ये माझं लग्न झालं. सहा वर्ग शिकलेली पुष्पा तिची सून म्हणून आमच्या घरी आली. तिचेही आईवडील गरीबच होते. तिला शिकवायची जबाबदारी माझी होती. घरात एकदोन पुतणे, पुतण्या शिकायला होत्याच. आम्ही मेडिकल हॉस्पिटलजवळ हनुमान नगरात राहत होतो. पुष्पाला मी घराजवळच असलेल्या शाळेत घातलं. शाळा, अभ्यास यात पुष्पाला मी गुंतवलं. तिचा त्यात भरपूर वेळ जाई. माय तिनं शिकावं म्हणून तिची मग जमेल तेवढी कामं करी. पुष्पा मॅट्रिक झाली. बी.ए. झाली. मराठीत एम.ए. झाली. एम.फिल. झाली. पुढं पीएच.डी.ही झाली. ती मराठीची प्राध्यापिका झाल्याचं मात्र मायला पाहता आलं नाही पण जिवंत असेतोवर मायनं पुष्पाला खूप सांभाळलं. अगदी स्वतःच्या मुलीसारखं सांभाळलं. मायसंबंधी सांगताना पुष्पाचे डोळे आजही ओले होतात.

मायच्या वागण्याबोलण्यात एक सुंदर शहाणपण होतं. ते तिला तिच्या गरिबीनंच शिकवलं होतं. उत्कट संवेदनशीलता तिच्यात होती. कठोर होणं तिला कधीही जमलं नाही. ती शांत होती; पण तिचा शांतपणाही खूप विवेकी होता. तिच्या कृतीउक्तीत एक मनोरम समतोल होता. हा समतोल कधी ढळला नाही. कोणाची फसवणूक करणं, खोटं बोलणं, आगपाखड करणं, कोणाचं अहित मनातही आणणं तिला कधी जमलं नाही. नाकापुढं चालावं. कोणत्या काल्याकथल्यात पडू नये. कोणाचं उणं मनातही आणू नये. 'काय घिऊन जावा लागते बापा?' असं ती म्हणे. 'कुणातही कलागत लावू नये. भांडण विझवावं. भांडणात तेल ओतू नये. कष्ट करावे. भुकेल्याले घासातला घास द्यावा,' असं ती म्हणे, असं तिचं माणुसकीचं नीतीशास्त्रही होतं आणि अर्थशास्त्रही होतं.

तिचं संसाराचंही अर्थशास्त्र होतं. खाणारी तोंडं जास्त, त्यामुळे भाजी कमी पडायची. आम्हा भावंडांना 'लावत लावत खा' असं ती म्हणे. म्हणजे भाकरीचा तुकडा भाजीला नुसता लावायचा. भाजी कमीतकमी खायची. हे तिचं सांगणं असायचं. हे सांगताना तिच्या गळ्यात ढग दाटलेले असायचे. उधळमाधळ करायला घरात तसं काहीच नसायचं, तेव्हा काटकसर हेच तिच्या आयुष्याचं तत्त्वज्ञान झालं होतं.

मला दुःखी पाहण्याची हिंमत तिच्यात नव्हती. माझ्यासाठी ती फार हळवी होई. मी बी. ए. ऑनर्सला शिकत असताना एका परम 'सौंदर्या'चा जीव माझ्यातल्या कवीमध्ये गुंतला होता. मी तिला चांदण म्हणायचो. तिचं घर श्रीमंत होतं. पुढं मी प्राध्यापक झालो तरी माझं घर गरीबच होतं, त्यामुळं बहिणींच्या श्रीमंतीच्या हट्टाला ती बळी पडली आणि तिच्या मनातील सत्याला तिनंच आग लावली. प्रेमावरचा माझा पूर्ण विश्वासच उद्ध्वस्त झाला होता. या वेळी मी पैठणवरून नागपुरात आलो होतो. मनाचं दुभंगलेपण पिच्छा सोडत नव्हतं. येरल्यावरून माय माझ्यापाशी आली होती. माझी मनःस्थिती बघून तीच व्याकूळ व्हायची. मीही आसवांशिवाय रडत होतो. माझ्या काळजातून ठिबकणारं रक्त इतर कुणाला दिसण्यासारखं नव्हतं; पण मायला दिसत होतं. ती माझी माय होती. माझ्या उत्कट काळजाची रचना तिनंच तर केली होती. ती बोलत काहीच नव्हती; पण ती माझ्या मनासोबत बोलत आहे असं वाटायचं. ती माझ्या स्वप्नाला पुन्हा जिवंत व्हायला शिकवित होती. तिच्या कासाविसीनंच मी माझ्या काळजाची पुनर्रचना केली असं मला वाटतं. हे सर्व यातनांचे ढग मी कवितेत रिचवले आणि स्वतःची नवी बांधणी करायला लागलो.

२०१७ च्या सव्वीस मार्चला मी पंच्याहत्तराव्या वर्षात प्रवेश केला. तिची आठवण सोबत असतेच; पण माझ्या जन्मदिवशी मी खूप वेळ तिच्या आठवणींसोबत राहतो. अंतर्मुख होतो. तिच्या स्वभावातल्या खूप गोष्टी माझ्यात उतरलेल्या आहेत. वाटते ती आपल्या रोकड्या अनुभवाच्या बोलीतून मला जीवनमर्माशी जोडत होती. जीवनात वाईट काय आणि चांगलं काय हेच ती मला सांगत होती. तिची भाषा वऱ्हाडी होती; पण तिची नीती वैश्विकच होती. या भाषेतून ती माझ्या मनावर चांगल्या माणसाची प्रतिमा कोरत होती. कोणीही खचून जाईल, हिंमत हारेल असे बोलू नये, हरणाऱ्याला उमेद द्यावी, निराधाराला आधार द्यावा. माणूस आपल्या वाताहतीतूनही सळाळून उठेल, उभा होऊन धावायला आणि पंख पसरून उडायला लागेल, स्वप्नांनी पिसारत राहील असाच शब्द वापरावा माणसानं ! हेच ती मला तिच्या कृतींमधून शिकवित होती. बंडी चिखलात फसली की शेतकरी चाकाला हात देतो, बैलाच्या ताकदीला आपल्या ताकदीची पुरवणी जोडतो. आपलं बोलणं, वागणं फसलेली बंडी बाहेर निघेल असं असावं. हे ती मला सांगत असावी. तिच्या वयाच्या मध्यापर्यंत तरी तिला परंपरेनं स्वप्न पाहण्याची बंदीच केली होती. सूर्य प्रवेशतच नव्हता अशाच परिघाबाहेर तिचा जन्म झाला होता. गरिबीशी भांडणं आणि कालच्यासारखंच आजही जिवंत राहणं एवढीच तिची जीवनाची व्याख्या असावी. मी एम. ए. शिकायला लागलो तेव्हा तिनं माझ्या नोकरीचं आणि कालच्यापेक्षा वेगळ्या जीवनाचं स्वप्न पाहिलं असणार. तिच्या या संघर्षानं मला माझ्या पुढल्या आयुष्यातील नकारांशी, अवमानांशी आणि अवरोधांशी भांडण्याचं शिक्षण दिलं, त्यामुळेच मी मला तिच्या वागण्यातील बीजसूत्रांचा विस्तार मानतो.

मी औरंगाबादेला शिकायला गेलो तेव्हा मला कळू न देता ती खूप रडली. मी हळवा होऊन वाकू नये हा तिचा उद्देश असावा. मी औरंगाबादेला असताना घरी काही गोडधोड शिजलं तर ती खात नसे. माझ्यासाठी रडत राही. 'माहा लेकरू तिथं कसं असन?' हा प्रश्न तिला जाळत राहीच; पण प्राध्यापक झालो तेव्हा मी तिच्यासाठी साहेब झालो होतो. मी खूप वाचत, लिहीत राह्यचो. अशी व्यक्ती तिनं पूर्वी कधीच पाहिली नव्हती आणि आता अशी व्यक्ती तिच्या लेकाच्या रूपानं तिच्या घरातच मोहोरत होती. 'आता तं नौकरी लागली. कायले सारका अब्यास करते?' असं ती पुष्पाजवळ म्हणे. कविता, मॅक्झिम या आमच्या दोघाही मुलांना मायचा चांगला सहवास लाभला. पुष्पा त्यांच्यावर रागावली तर ते मायच्या कुशीत लपत. आजी हे त्यांचं कवच होतं. तिच्या कृतिशील जगण्यातून मुलांनी समतोल,

सामंजस्य, निगर्वीपणा आणि इतरांचं उणं मनातही न आणण्याची वृत्ती या गोष्टींचं प्रशिक्षण घेतलं. याप्रकारे माझं पालकत्वाचं काम मोठ्या प्रमाणात तिनंच करून टाकलं होतं.

१९९१ मध्ये मला दिल्लीला एका व्याख्यानासाठी जायचं होतं. ती आजारीच होती. तिला मेडिकल हॉस्पिटलमध्ये भरती केलं. डॉ. बाळ वाघमारे म्हणाले - 'तुम्ही दिल्लीला जा. ती आता आमचीही आई आहे. आम्ही आहोत.' मी दिल्लीला गेलो. वृद्धापकाळामुळे तिची प्रकृती खूपच खालावली होती; पण मी दिल्लीवरून येईपर्यंत तिनं मरणाला थांबवलं होतं. मी आलो तेव्हा सर्व नातेवाईक तिच्या अखेरच्या भेटीला आले होते. 'माहा साहेब नाही आला, माहा साहेब नाही आला?' असंच ती कालपासून म्हणत आहे.' असं मला सर्व सांगत होते. मी तिला हलकेसे दोन घास चारले. पाणी पाजलं. आता तिची तिच्या सायबाशी भेट झाली होती. ती निघायला मोकळी झाली होती. मनातल्या मनातच तिनं मृत्यूला हाक घातली असावी आणि तिच्या प्राणांचा दिवा माझ्या अश्रूंनी भरलेल्या डोळ्यांदेखत विझला. मातृदिन माझ्या आयुष्यात वर्षांची वाट पाहत नाही. प्रत्येक क्षण माझ्या आयुष्यातला मातृक्षणच असतो. कारण ती मेली तरी मरत मात्र नाही. कारण मी तिचंच ससंदर्भ अस्तित्व आहे.

'तू उभी आहेस मरणाच्या मढ्यावर

मी तुझ्याच कष्टांची कविता आहे

तुला मारू शकत नाही कोणतंही मरण

तूच माझ्या शब्दांतून वाहत आहेस'

या माझ्या मायसंबंधीची कृतज्ञता व्यक्त करण्यासाठी अजूनही माझं समाधान होईल, असा शेवटचा शब्द मला सापडत नाही.

संस्कारांचे देणे

डॉ. सुचेता भिडे - चापेकर,
ज्येष्ठ नृत्यांगना

आई... किती ब्रह्मांड भरलंय ना या स्वरांत? आणि त्या स्वरांतून साकारणाऱ्या मूर्तीत! खरंच, आईइतकं आपलं जवळचं नातं दुसरं असतं का? आपण व्यक्ती म्हणून आपण तिचा विचार फार उशिरा करू लागतो. तिला खूप ग्राह्य धरतो; पण तिचं प्रेम मात्र आंधळं असतं. तिनं ते मान्यच केलेलं असतं. बाळाची नाळ कापली जाते आणि आपण स्वतंत्र होतो; पण आईसाठी मात्र ती जोडलेलीच राहते. सकस मातीत रुजलेल्या बीजाचं रूपांतर मोठ्या वृक्षात होतं आणि तो अगदी गगनाला भिडतो; पण माती मात्र असते तिथंच राहते. आधार, जीवन (पाणी) देत राहते. वाढणाऱ्या वृक्षाला साश्रू नयनांनी पाहत राहते. आज जेव्हा अरू (अरुंधती पटवर्धन, माझी मुलगी) म्हणते,'' मी लहान होते तेव्हा मला वाटायचं की जेव्हा मला हवी तेव्हा नेमकी माझी आई माझ्याजवळ नसायची; पण आज स्वतः आई झाल्यावर मलाही कळतंय की स्वतः वृक्ष होत असताना हे मातीपण जपणं हे किती कठीण असतं ते.'' तिला हे लवकरच कळतंय याचा आनंद तिची आई म्हणून मला आहे.

माझ्या आईला जाऊन आज २५ हून अधिक वर्षांचा काळ लोटला आहे. आज सत्तरीच्या उंबरठ्यावर या लेखाच्या निमित्तानं जागवलेल्या तिच्या आठवणी मला पहिल्या पावसानंतरच्या मृद्‌गंधाचा अनुभव देत आहेत.

माझी आई... वीणा विश्वनाथ भिडे. (माहेरची यमुना केशव दांडेकर.) आरस्पानी गोरा रंग. हसल्यावर बारीक होणारे निळे डोळे... धारदार नाक... पातळ जिवणी... ठेंगणाच बांधा... किंचित कुरळे मऊ लांबसडक केस (बहुदा एक शेपटाच असे तिचा; पण समारंभासाठी कधी कधी आतल्या केसांचा छोटा अंबाडा घालून त्यावर उरलेले केस पिळून मोठा अंबाडा घाले, ही म्हणजे तिची हेअर स्टाइल. त्याला ती 'नारळी अंबाडा' म्हणत असे.) मितभाषी, काहीसे करारी, अबोल असे वाटणारे व्यक्तिमत्त्व. तिचे आई-वडील ती पाच वर्षांची असतानाच गेले होते म्हणे. तिच्या दोन बहिणी आणि भावांचा सांभाळ तिच्या सर्वांत थोरल्या भावाने व वहिनीनं केला होता. बापू मामा आणि मामी मलाही आठवतात. मुंजाबाच्या बोळात त्यांचं घर होतं. ती त्यांना अहो-जाहोच म्हणत असे. ते तिच्याहून पंचवीसेक वर्षांनी मोठे होते. ते मिलिटरी अकौंट्समध्ये बदलीच्या नोकरीत होते. त्यामुळे आई वेगवेगळ्या नात्यातील मंडळींच्या एकत्र कुटुंबांमध्ये राहूनच मोठी झाली. आज मला आश्चर्य वाटतं, की त्याही काळात आणि परिस्थितीत बापू मामांनी तिचं शिक्षण मात्र पूर्ण केलं होतं. आईचं बरंचसं बालपणीचं शिक्षण वर्धा, नागपूर, जबलपूर आदी ठिकाणी झालं असे ती सांगे. जबलपूरच्या त्या कॉलेजात ती व तिची थोरली बहीण - माझी कमा मावशी- या दोघीच मुली नऊवारी साडीचा पदर दोन्ही खांद्यावरून घट्ट झाकून घेऊन वर्गात बसायच्या. आई इंग्लिश व फिलॉसॉफी हे विषय घेऊन बीए ऑनर्स झाली, तेव्हा मामांना नक्कीच धन्य वाटलं असणार. पुढं मामा पुण्यात स्थायिक झाल्यावर आईनं सेवासदन शाळेत शिक्षिकेची नोकरीदेखील केली.

तिचं लग्न झालं ते साल १९४६ असावं. वडील माझ्यासाठी पपा व मी त्याच्यासाठी बेबी होते. (मी व माझा सव्वा वर्षाने मोठा भाऊ दिलीप त्याला एकेरीच पपा म्हणायचो आणि त्याचाही तसाच दंडक होता.) तो अगदी जवळ घेऊन पापे घेऊन प्रेम करणारा पपा; तर ती दुरूनच घारीप्रमाणे लक्ष ठेवून जपणारी आई होती. पपा आणि आई, तो तिला वीणाच म्हणे आणि आई त्याचा उल्लेख पपा - तोसुद्धा एकेरी करायची. त्या काळाशी ते थोडं विसंगतच होतं; पण तेव्हा मला तसं कधीच

नाही जाणवलं. कदाचित पपा ३८ वर्षांपासून पुणे सोडून मुंबईत गेला होता आणि आई पपाच्या मॉडर्न विचारांशी सहजच जुळून गेली होती, त्यामुळे हे असावं. पपा १८-१९ च्या वयात फर्ग्युसन मधील इंटरसायन्स सोडून चित्रकलेच्या क्षेत्रातच करिअर करायचं म्हणून अर्ध्या पँटच्या खिशात चार आणे घेऊन स्वतःच्या हिमतीवर पुण्यातलं घर सोडून मुंबईत आला होता. त्याचे चुलत चुलते आर्टिस्ट एन. आर. भिडे यांच्याकडे गुरुकुलाप्रमाणे राहून स्वयंपाकपाण्यापासून सर्व कामं करून चित्रकला शिकला. वयाच्या पंच्याहत्तराव्या वर्षी त्यानं व्यवसाय बंद केला तेव्हा तो बी. विश्वनाथ या नावाचा फिल्म इंडस्ट्रीतला- आजच्या बॉलिवूडमधला-नामवंत चित्रकार बनलेला होता. त्याकाळी चित्रपटाची जाहिरात हँडपेंटेड पोस्टर्सच्या माध्यमातून होत असे. ज्या काळात न्यू इंग्लिश स्कूलमध्ये संस्कृत व इंग्रजी शिक्षकाची नोकरी करणाऱ्या माझ्या आजोबांना (पपांचे वडील-गोपाळ वामन भिडे) पन्नास रुपये पगार होता, त्याच काळात मुंबईत हजार रुपये महिना पगार असणाऱ्या माझ्या वडिलांना ग्रॅज्युएट असणाऱ्या माझ्या आईसारख्या सुंदर मुलीनं पसंत केलं तेव्हा आजोबा नक्कीच खूश झाले असणार आणि त्यांनी त्याला माफ केलं असणार!

आई घरातली चालतीबोलती डिक्शनरी होती. आम्हाला अडलेल्या कुठल्याही इंग्रजी शब्दाचा अर्थ किंवा स्पेलिंगसाठी आम्हाला कधीही डिक्शनरी उघडावी लागली नाही. रोजचा टाइम्स ऑफ इंडिया ती विश्रांतीच्या वेळात वाचत असे. आम्हालाही वाचायला लावे. १५ ऑगस्ट १९४७ चा स्वातंत्र्य दिनादिवशीचा टाइम्स पेपर तिनं जपून ठेवला होता. इंग्रजी माध्यमाच्या शाळेत न जाताही मी व माझा भाऊ या दोघांचं इंग्रजी उत्तम आहे याची बीजं मला या संस्कारात दिसतात.

काळाच्या पुढं असलेल्या तिच्या दोन गोष्टी मला विशेषत्वानं आठवतात. आमच्या घरात देव्हारा नावाची गोष्ट नव्हती. आज मी या गोष्टीबद्दल बराच विचार केला आहे; पण तेव्हा मला या गोष्टींचं आश्चर्य वाटत असल्याचं आठवत नाही. कर्मकांडावर आईचा अजिबात विश्वास नव्हता पण देवत्वावर होता. देव माणसात असतो म्हणायची. या देवाला-आत्मदेवाला स्मरा म्हणायची. आम्हाला पुराणकथांऐवजी शास्त्रज्ञांच्या गोष्टी वाचून दाखवायची. संध्याकाळी दिवेलागणीच्या वेळी 'शुभंकरोती' म्हणताना सांगायची 'एडिसनला नमस्कार करा...हा विजेचा दिवा

त्यानं दिलाय तुम्हाला.' आज मला ते आठवलं की 'इंद्राऐवजी गोवर्धनाची पूजा करा,'हे गोकुळवासीयांना सांगणाऱ्या श्रीकृष्णाची आठवण आल्याशिवाय राहात नाही.

सत्यनारायण किंवा इतर कसल्याच पूजा, हळदीकुंकू समारंभ आमच्या मुंबईच्या घरी कधीच साजरे झाले नाहीत. पण ते-ते सण साजरे करण्यातलं सामाजिक महत्त्व मात्र ती लक्षात घ्यायची. समजायची. आचरणातही आणायची. संक्रांतीला तिळगुळाच्या मऊ, खमंग वड्या भरपूर करायची. आम्हा भावंडांना आवडणारे एक बाजू रंगीत असलेल्या कागदाच्या घड्या घालून करायचे डबे तिने शिकवले होते. (म्हणजे आजकाल ओरिगामीच्या क्लासला जाऊन मुलं शिकतात तसे) त्यात वड्या घालून आम्हाला ती आजूबाजूच्या इमारतीत जाऊन नमस्कार करून द्यायला सांगत असे. मला दादर सोडून पुण्यात येऊन आज ४०-४५ वर्षं झाली. पण आजही दादरमधील त्या कुटुंबांमध्ये माझं तितक्याच आपुलकीनं स्वागत होतं.

कुठलेही उपास तापास किंवा पोथ्या पुराणांची पारायणं तिनं कधीच केली नाहीत; पण अख्खी भगवद्‌गीता तिला तोंडपाठ होती. त्यातील अध्याय तिला कधी शांत वेळ मिळाला, की ती म्हणत बसे. हे कसं घडू शकलं याविषयी ती सांगे, की तिचे केस खूप मोठे लांबसडक होते. अनेक वर्षं थोरल्या बहिणीकडे असताना केस विंचरण्याचं काम बराच वेळ चाले. तेव्हा ही ताई गीतेतला एक श्लोक अर्थ सांगून रोज तिच्याकडून पाठ करून घेत असे. हे करता-करता तिची भगवद्‌गीता पाठ झाली होती. हे कसं झालं याचं मला आश्चर्य-कौतुक वाटे. पण पुढं मुंबईत बसनं-लोकलनं प्रवास करताना अभिनयदर्पण, नाट्यशास्त्रातला एक-एक श्लोक लिहून माझ्या घड्याळ्याच्या पट्ट्यात अडकवलेला असे. जो जाता येता सहज पाठ होत असे. असे शे-दोनशे श्लोक सहजच मुखोद्‌गत झाले होते. अजूनही हे श्लोक नृत्य शिकवताना पटकन ओठांवर येतात. मला वाटतं ही तिचीच पुण्याई.

पण निर्गुण ईश्वर जाणणारी, मुंबईत पाचवारी नेसणारी आणि क्वचित पपाच्या आग्रहास्तव काश्मीरला ट्रीपला जाताना टी-शर्ट स्लॅक्सही घालणारी हीच माझी आई पुण्याला सासरी आली, की मात्र नऊवारी नेसून तिच्या सासूच्या पूजाअर्चेत तितक्याच उत्साहानं भाग घेत असे. मलाही आजीबरोबर देवळात कीर्तन ऐकायला, देवाच्या पायावर डोके ठेवायला आवर्जून पाठवत असे. मला आता कळतंय, की

देवाच्या सगुण निर्गुणाच्या नात्यांचे संस्कार तिनं माझ्यावर जाणीवपूर्वक केले. जे की मी माझ्या माध्यमातून अनुभवत असते आणि आज माझी लेक 'तुका म्हणे...' सारख्या नृत्यप्रयोगातून ते यशस्वीपणे मांडते तेव्हा केवळ माझ्याच चेहऱ्यावर समाधान ओसांडून जाते असे नाही; तर तिच्या-वीणाआजीच्या मुखावरील समाधानाचं स्मितही मी पाहते.

आईची शिक्षणाची आवड तिच्या माहेरी पोसली गेली खरी; पण तिचं संगीतासाठी आसुसलेलं मन मात्र अतृप्तच राहिलं होतं. तिची ही हौस मात्र पपांनी पुरवली. दादरच्या आमच्या घराजवळ टिळक मास्तरांच्या शास्त्रीय गायनवर्गात ती जायची. पपाने तिच्यासाठी एक उत्तम हार्मोनिअम घेतला होता. संध्याकाळी घरकामं आटोपली, की ती पेटी काढून बंदिशी वाजवून गोड गळ्यानं गात असे. माझा धाकटा मामा डोंबिवलीत पोस्टात नोकरी करत होता. त्याचाही गोड आवाज होता पण त्याला गाणं कधीच शिकायला मिळाले नाही. तो जेव्हा केव्हा घरी यायचा तेव्हा आईचा हार्मोनिअम हमखास बाहेर यायचा आणि ते दोघं गात असत तेव्हा आई खूप आनंदात असायची.

पपाला कार ड्रायव्हिंगची खूप आवड. पुण्या-मुंबईच्या ट्रीप तर सारख्या कारनं होत असत. पपा ड्रायव्हिंग करे आणि आई गाणी म्हणत असे. 'तिन्ही सांजा सखे मिळाल्या' हे लताबाईंचे भावगीत तिचं फारच आवडत होतं. अजूनही तिचा तो सहजपणे मंद व तारसप्तकातून फिरणारा आवाज माझ्या कानात आहे.

वयाच्या सहाव्या वर्षी पपाने माझ्यासाठी मंगेशकर नावाचे नृत्यशिक्षक नेमले होते. ते घरी येऊन शिकवत तेव्हा आई जातीने लक्ष देई. मी रोज प्रॅक्टीस केली म्हणजे केलीच पाहिजे असा तिचा दंडक होता. त्यात हयगय नसे. मग त्यात पपाचे माझी बाजू घेऊन 'जाऊ दे गं आजचा दिवस...'' वगैरे काहीही चालत नसे. पुढं पार्वतीकुमार मास्तरांकडे मी शिकायला जाऊ लागले. गावाला वगैरे आमच्या स्नेह्यांकडे जाऊन राहिले तरी बरोबर तो मोठा टेपरेकॉर्डर सोबती असे. ''रोज सकाळी प्रॅक्टीस केल्याशिवाय तिला दूध वगैरे काहीही द्यायचं नाही'' ही त्या घरातील गृहिणीला सक्त ताकीदच होती. कुठल्याही कलाकारासाठीचं रोजच्या रियाजाचं महत्त्व आईला पुरेपूर ठाऊक होतं. माझ्या सुरवातीच्या काळात मी कोणासमोर नाच करून दाखवण्यास उत्सुक नसे; पण पपाचा मात्र तसा आग्रह असे. माझा धीटपणा

वाढावा म्हणून की काय असावं; पण मी ते न करण्यासाठी कारणे शोधत असे. एक म्हणजे '... पण गाणं कुठाय?' असं मी विचारायचे. त्यावर आई लगेच जाऊन पेटी आणून मला मास्तरांनी शिकवलेला 'कापी' (काफी) रागातील 'दीम् नाद्रदीम्' हा 'तिल्लाना' (तराणा) म्हणत असे आणि मला नाचावेच लागे.

आईला शिवणकाम उत्तम येई. तसं ती कुठं क्लास करून शिकली नाही; पण पुस्तक वाचून ती कपडा बेतत असे. पपाने तिला झकास पायमशिनही आणून दिलं होतं. त्यावर ती स्कर्ट वगैरे शिवत असे. मी सात वर्षांची असताना माझा पहिला भरतनाट्यमचा ड्रेस आईनं स्वतः व्हायोलेट रंगाचं कापड आणून त्याला काठ लावून शिवला होता. तो माझा खूप आवडता ड्रेस. फक्त हाताच्या बोटावर करायची 'शट्लची लेस' ती उत्तम करत असे. तिची भराभरा चालणारी बोटं बघायला मला खूप आवडत असे; पण ही गोष्ट मात्र मला कधीच जमली नाही. नाही म्हणायला खूप पेशन्स दाखवून तिच्या मार्गदर्शनाखाली नवऱ्यासाठी दोन सुयांवर लांब बाह्यांचा स्वेटर मात्र मी विणला होता.

स्वच्छता म्हणजे आईचा जीव की प्राण. आमच्याकडे धुण्या-भांड्याला बाई सोडल्या तर नोकर नव्हता; पण आमच्या लहानशा घराचा कानान्कोपरा स्वच्छ असे. घासायला टाकलेली भांडीही स्वच्छ असत. आमच्या कामवाल्या कृष्णाबाईही खूष असत. त्या म्हणायच्या, "अहो आमच्या वहिनींची भांडी घासावीच लागत नाही. ती विसळली तरी स्वच्छ होतात." घरातला संडास-बाथरूम प्रत्येक माणसानं (आम्हा दोन मुलांसह) एकेक दिवस घासायचा असा तिचा नियम होता. आमच्या छोट्याशा घरात कायम एक कुत्रं असायचं (पॉम्रेनियन वगैरे) त्याची स्वच्छता, ब्रशिंग हे सर्व तीच करत असे. आमची पॉम्रेनियन कुत्री इतकी सुंदर स्वच्छ असायची की तिला जवळ घेतल्यावर छान वासाचं पावडर पफच कुशीत घेतल्यासारखं वाटायचं. ही माझ्या आईची किमया होती.

मुलांची मानसिकता समजून घेण्याच्याबाबतीत आईची आणखी एक किमया सांगण्यासारखी आहे. लहानपणी माझा भाऊ खूप दांडगोबा होता. मी त्याला चिडवायचे मग तो मला बदडून काढायचा. आमच्यात फक्त सव्वा वर्षाचंच अंतर आहे. आई त्याला म्हणायची 'तू तिला चिडव' पण तो म्हणायचा 'नाऽऽही. मी तिला

बदडणारच.' ती मस्ती जिरावी म्हणून पपा आम्हाला हातात उशा घेऊन उशांची मारामारी करायला सांगे आणि तो रेफ्री असे. तरीही खोड जाईना. मग दिलीपची पैसे साठवण्याची आवड लक्षात घेऊन आईनं त्याला प्रस्ताव दिला की तू वर्षभर बेबीला मारलं नाहीस तर तुला शंऽऽऽभर रुपये मिळतील. (पन्नास वर्षांपूर्वीचे शंभर रुपये म्हणजे आजचे किती याचा विचार करा.) दिलीपनं अर्थातच ते मान्य केले आणि शंभर रुपये मिळवले. मग त्याचं मारणं थांबलं. ते कायमचंच. आता आम्ही अगदी घट्ट भाऊबहीण आहोत.

आईच्या हाताला चव होती. माझा पपापण हौसेनं उत्तम स्वयंपाक करायचा. त्याला नॉनव्हेज आवडे, तेव्हा मात्र आई लांबच असे. चिकन मसाला आणि मटण बिर्याणी ते क्रॅब करीपर्यंत सर्व पदार्थ तो वाटणघाटण तयार करून स्वतः करी आणि मित्रमंडळींना बोलावून त्यांना खाऊ घालण्यात त्याला आनंद वाटत असे. एकदा पपाचे मित्र मार्मिककार बाळासाहेब ठाकरे (तेव्हा शिवसेना नव्हती) घरी जेवायला आले होते. त्यांच्यासमोर माझा नृत्यकार्यक्रमही झाला होता, तेव्हा मार्मिकमध्ये या घरगुती कार्यक्रमाचे रसभरीत वर्णन करताना बाळासाहेबांनी लिहिलं होतं की 'भिडे साहेबांची बिर्याणी तर रसरशीत होतीच; पण खरा रंग भरला तो वहिनींच्या भरल्या वांग्यानं. ते वाचून आई खुदुखुदू हसली होती.'

अशी ही माझी आई कर्तव्यदक्ष होती. कर्तबगार होती; पण तो तिचा स्वभावधर्म होता. ती तितकीच स्थितप्रज्ञ होती. दागदागिने, साड्या याचा तिला मुळीच हव्यास नव्हता; पण याउलट माझा पपा अत्यंत हौशी होता. कपडे आणि कार याचे त्याला वेड होते. आमच्या घरात एकच गोदरेजचं कपाट होतं. ते ८० टक्के पपाच्या कपड्यांनी भरलेलं असे. आईच्या साड्या कमी. पपा जे मिळेल ते उत्पन्न खर्च करून टाकण्यात पटाईत; तर आई त्यातूनही मिळेल ते साठवणारी. काही वर्षांतच मुंबईत जागांच्या किमती आकाशाला भिडल्या; पण आईच्या पुंजीतून पपा पुण्यात प्लॉट घेऊ शकला. त्यावर माझ्या भावानं पुढं घर बांधून जन्मभर मुंबईत लहानशा जागेत राहिलेल्या आईचं स्वतःच्या घराचं स्वप्न पूर्ण केलं.

...काळ कोणासाठी थांबत नाही. माझी स्थितप्रज्ञ आई जातानाही अशीच शांतपणे गेली. एक दिवस तिची पाठ प्रचंड प्रमाणात दुखली. नेहमीप्रमाणं कोणालाही न सांगता तिनं सहन केलं. दुसऱ्या दिवशी अंगाखांद्यावरचं

मंगळसूत्रासकट सगळं काढून ठेवून शांतपणे रुग्णालयात गेली तेव्हा डॉक्टरांनी तिला मोठा हार्ट अटॅक येऊन गेला असल्याचं सांगितलं. एकच दिवस तिथं होती. दुसऱ्याच दिवशी सुनेकडं पाणी मागितलं आणि शांतपणानं डोळे मिटले. मी पुण्याबाहेर होते. येऊन पाहिलं तिला, तेव्हाही ती टवटवीत वाटत होती. ती आता नाही यावर विश्वासच बसत नव्हता. जणू ती तिची आवडीची भैरवीच गुणगुणत होती

'अमूर्त मूर्त मूर्तिमंत एकवार पाहू दे,

येत शरण मरणा मी, स्मरण मात्र राहू दे...'

मला मूर्तअमूर्ताच्या संस्कारांचं देणं देऊन माझी आई अनंतात विलीन झाली आहे. तिचं स्मरण आजही तिच्यासारखं शांत, अलिप्त, आनंददायी आहे.

ताई

डॉ. प्रकाश आमटे, सामाजिक कार्यकर्ते,
आधारस्तंभ - लोकबिरादरी प्रकल्प,
हेमलकसा, गडचिरोली

आईला आम्ही 'आई' म्हणून कधीच हाक मारली नाही. लहान होतो, काही कळत नव्हतं तेव्हा आम्ही तिला 'इंदू' म्हणूनच हाक मारायचो. बाबा मारायचे तशी! मोठं झाल्यावर इतर लोकांप्रमाणे आम्हीही तिला 'ताई' म्हणू लागलो. तिला आई म्हटलं नाही याचं कदाचित तिला वाईटही वाटत असावं; पण तिनं हे कधी बोलून दाखवलं नाही; पण आज विचार करताना तसं वाटतं.

लहानपणी आमच्याकडे लक्ष द्यायला ताईला वेळ नसायचा. बाबांच्या कामात तिनं स्वतःला इतकं समरस करून घेतलं होतं, की सकाळी उठल्यापासून रात्री झोपेपर्यंत तिचे हात सुरू असायचे. सकाळी उठून दूध काढणं, आश्रमातील सर्वांचा स्वयंपाक करणं, येणाऱ्या जाणाऱ्यांचे आदरातिथ्य, धुणी-भांडी आणि सगळ्यांत महत्त्वाचे म्हणजे बाबा जो कोणताही उपक्रम राबवतील त्या उपक्रमातील कामांमध्ये व्यस्त असायची. प्रकल्पातील कार्यकर्त्यांच्या लहान मुलांना अंघोळ घालणं, त्यांचे

केस विंचरणं, उवा काढणं, वेणीफणी करणं यांसारखी कामं ती करायची. बाबांच्या नवनवीन उपक्रमांची अंमलबजावणी करण्यात तिचाच पुढाकार असायचा.

खरं तर, ताईची भेट होण्यापूर्वी बाबांनी लग्न न करण्याचा निश्चय केला होता. ताईशी लग्न करण्यापूर्वी बाबांचा एखाद्या साधूसारखा वेश असायचा. ताईनं पहिल्यांदा बाबांना याच वेशात बघितलं. ताई - बाबा पहिल्याच भेटीत, पहिल्या नजरेत एकमेकांच्या प्रेमात पडले. लग्न न करायचा घेतलेला बाबांचा निश्चय ताईला बघताच गळून पडला.

लग्न झाल्यानंतर ताईला घेऊन बाबा प्रथमच वरोराला गेले, तेव्हा हरिजन वस्तीतील लोकांनी त्यांच्या स्वागतासाठी छोटा समारंभ आयोजित केला होता. तोवर इतर कोणाच्या हातचं पाणीदेखील न पिणारी ताई स्टेजवरून खाली उतरून हरिजन स्त्रियांमध्ये जाऊन बसली. ताईनं कोणताही आडपडदा न ठेवता सर्व महिलांना हळदी-कुंकू लावलं, तेव्हा त्या खूप भारावून गेल्या. या घटनेमुळे ताई सर्वांच्या अधिकच जवळ गेली. हरिजन महिला तिला रोज भेटायला येऊ लागल्या. ताई-बाबांच्या या प्रयोगामुळे तिचं सासर-माहेर दुरावलं. त्यांच्या लेखी हे दोघं भ्रष्ट झाले होते; पण तिला याचं कधी वाईट वाटलं नाही. तिनं तिच्या कर्तृत्वानं पुन्हा ही दोन्ही घरची माणसं जोडली. केवळ रक्ताचेच नाहीत, तर सामाजिक नातेवाईक जोडले आणि वाढविले.

लहानपणी आम्ही सामान्यांहून सामान्य आयुष्य जगलो; पण परिस्थिती मात्र असामान्य अशी असायची. आनंदवनात कधीही कुठेही विंचू, साप निघायचे. ताईला आमची कायम काळजी वाटायची आणि आम्ही आपले विंचू, सापांशी मैत्री असल्यासारखे खेळायचो. मला आणि विकासला अनेकदा विषारी विंचू चावलेत. या काळात ताईची खूप घालमेल झालेली आम्ही बघितलीय.

माझ्या जन्माच्या वेळेची गोष्ट आहे. ताई नऊ महिन्यांची गरोदर होती. एक दिवस बाबांचं डोकं खूप दुखत होतं. घरात औषध असं काहीच नव्हतं. फळीवर ठेवलेल्या बरणीत लिंबाचं लोणचं होतं. त्यातली एक लिंबाची फोड बाबांना द्यावी म्हणून ताई लाकडी खोक्यावर चढून लोणच्याची बरणी काढायला गेली आणि तोल जाऊन जोरात पडली. डोक्याला मोठी खोक पडली होती. भरपूर रक्त वाहून गेलं. या सगळ्यामुळे गर्भ वाचण्याची शक्यता सर्वांनाच कमी वाटत होती. ताईच्या तब्येतीचा धोका टाळण्यासाठी तिनं नागपूरच्या हॉस्पिटलला जावं, असा तिथल्या डॉक्टरांचा

आग्रह होता; पण ताईनं नागपूरला मोठ्या हॉस्पिटलमध्ये जाण्यास नकार दिला. 'गरीब बायका कुठे जातात मोठ्या हॉस्पिटलमध्ये, सिव्हिल सर्जनकडे? आपण गरिबीचा वसाच घेतला आहे, तर जे होईल ते होईल' अशी तिची भूमिका होती. सगळ्यांना तिची खूप काळजी वाटत होती. ताई तिच्या मतांवर ठाम होती. अशा परिस्थितीत माझा जन्म झाला.

विकास माझ्यापेक्षा एक- दीड वर्षानं मोठा, त्यामुळे शाळेत आम्ही एकाच वर्गात होतो. दोघांची पुस्तकंही एकच असायची. दोघं एकाच वर्गात असल्यामुळे फीसुद्धा कमी लागायची. विकासचे लहान झालेले कपडे ताई मला घालायची. बाबांच्या 'श्रमाश्रमांच्या' प्रयोगात आम्ही आत्यंतिक दारिद्र्याचे चटके सहन केले; पण ताईनं कधीच कोणासमोरही हात पसरले नाहीत. घरात कधी कधी खायला नसायचं. आवडीचे पदार्थ करणं दूर राहिलं. बिस्किटचा पुडा एक दीड रुपयाला मिळायचा; पण तो कधी आम्ही आणू शकलो नाही. आमच्याकडे स्वेटर्स नसायचे. थंडी वाजायला लागल्यावर ताई आम्हाला एकावर एक असे तिचे ब्लाऊज चढवायची. किमान त्यानं तरी थंडीचा तडाखा कमी होईल...

आमच्याकडे तेव्हा ताई कायम मुगाचं वरण करायची. आम्हाला रोज तेच खाऊन खूप कंटाळा यायचा. आश्रमात तेव्हा आमच्या शेजारच्या खोलीत एक दांपत्य राहत होतं. ते तिथंच स्वयंपाक करायचे. श्रीमंत कुटुंबातले होते. त्यातल्या यजमानांना कुष्ठरोग झाला होता. त्यावरील उपचारासाठी ते आश्रमात आले होते. त्यांची बायको रोज काहीतरी छान स्वयंपाक करायची. एकदा त्यांनी तुरीच्या डाळीचा शिजवलेला गोळा ठेवलेला आम्ही बघितला. आम्हाला तो पदार्थ नवीनच होता. थोडासा चाखून बघितला आणि चव आवडल्यामुळे आम्ही तो फस्त करून टाकला. त्या बाईंच्या लक्षात आलं, की आपल्या स्वयंपाकघरात शिरून कोणीतरी वरणासाठी ठेवलेला तुरीचा गोळा खाल्ला. कोणी खाल्लं, याचा तपास सुरू झाला. अर्थात, आम्ही लगेच कबूलही करून टाकलं. चूक घडल्यावर कबूल करण्याचं धाडस ताईमुळेच आमच्यात उतरलं. आमच्या चुकांची जाणीव ती आम्हाला करून द्यायची.

पुढे कॉलेजला गेल्यावर मला आणि विकासला पहिल्यांदाच दोन खादीच्या फुल पँट मिळाल्या. कॉलेजमध्ये असताना आम्ही कधी मित्रांच्या पार्टीला गेलो नाही. त्यांनी दिलेलं खाल्लं नाही. कधीतरी चुकून बारा आण्याचा डोसा खायचो. सिनेमा

तर फार दूरची गोष्ट होती. ताईला याबद्दल खूप खंत वाटायची.

ताईला कायम चिंता वाटायची, की बाबांच्या नावाला आम्ही काळीमा तर फासणार नाही ना? ती हे आम्हाला कायम बोलून दाखवायची. आम्हाला मेडिकलला ॲडमिशन मिळाली तेव्हा तिला एकदम हायसं वाटलं आणि प्रत्येक परीक्षेत आम्ही पास झालो तेव्हा 'गंगेत घोडं न्हालं' असं तिला झालं असावं. ती कायम म्हणायची, 'तुम्ही डॉक्टर व्हायचं की ड्रायव्हर हे तुम्ही ठरवा; पण बाबांच्या नावाला काळीमा लागणार नाही याची काळजी घ्या.''

ताई अत्यंत साध्या स्वभावाची होती. तिला खोटेपणाची चीड होती. तिनं बाबांच्या कार्यात स्वतःला झोकून देऊन कार्य केलं. नेहमी म्हटलं जातं, की प्रत्येक कर्तृत्ववान पुरुषाच्या मागे एक स्त्री असते. अशा महिलांचा गौरवही केला जातो. ताईचाही असा गौरव झाला. खरं तर, ती बाबांची अर्धांगिनी; पण तिचं कार्य हे बाबांच्या बरोबरीचं होतं. तिचा बाबांच्या यशामागे असणारी स्त्री म्हणून जो गौरव झाला तो या काळात जसा अभय आणि राणी बंग, मी आणि मंदा असा दांपत्यांचा गौरव होतो तसा 'समपातळी'वर व्हायला हवा होता. अर्थात हे मला वाटतं; पण तिला त्याचं फार वैषम्य नव्हतं.

हेमलकशात वाघ, तरस, लांडगा, कोल्हा यासारखे हिंस्त्र पशू राहतात. आपण प्रेम दिलं, की हे प्राणीही प्रेमळ होतात. हे हेमलकशात दिसतं. ही शिकवण खरं तर माझ्यामध्ये ताईमुळेच आली. ती तिनं कधी हेतुपूर्वक बोलून रुजवली नाही तर कळत-नकळत हे माझ्यावर ठसलं. याचं सगळं श्रेय ताईलाच आहे. मांस हे वाघाचं अन्न. त्याला वाचवायचं असेल तर मांस द्यायलाच हवं. आमच्या घरी एकच फ्रीज. मग मांसही त्यात आणि दूधही. ताई जेव्हा हेमलकशाला यायची तेव्हा तिला दुधाला मांसाचा वास यायचा आणि त्रास व्हायचा. घर अपवित्र झाल्याची भावनाही असायची; पण तिनं ते सगळं सहन केलं.

चार-पाच वर्षांपूर्वी मला अत्यंत विषारी साप चावला, तेव्हा ज्याच्यावर आमचा विश्वास नाही अशा देवावर तिनं माझ्या आयुष्याचा हवाला टाकला. तिनं देवाचं केलं ते आमच्यासाठी. आमच्यासाठी ती अनेक वेळा देवासमोर बसली. तिनं फक्त आम्हालाच नव्हे तर आश्रमातल्या अनेक मुलांना भरभरून प्रेम दिलं, आमच्याइतकीच त्यांची काळजी घेतली. नारायण, बिजली, रेणुका यांच्यापासून ते मेधा पाटकरांपर्यंत सगळ्यांनाच तिनं भरभरून दिलं.

आई - वडिलांच्या मुलांच्या लग्नाबाबत भरपूर अपेक्षा असतात. माहीत नाही, की ताईच्या माझ्या लग्नाबाबत काय अपेक्षा होत्या... पण माझ्या लग्नाने तिच्या सगळ्याच अपेक्षांचा भंग झाला. माझ्या लग्नाच्या वेळी सर्व परंपरा मोडल्या गेल्या. विकास माझ्यापेक्षा मोठा; पण त्याच्या आधी मी लग्न केलं. मंदा माझी पत्नी. ती माझ्यापेक्षा दोन वर्षांनी मोठी. इथूनच या लग्नातल्या वेगळेपणाला सुरवात झाली. लग्न अतिशय साध्या, सोप्या पद्धतीनं लोकांच्या सहभागानं आनंदवनातच झालं. मुहूर्त, पत्रिका बघणं यांसारख्या जेवढ्या म्हणून मोडता येतील तेवढ्या रुढी, परंपरा या लग्नात मोडल्या गेल्या. केवळ रविवार बघून व डॉ. आंबेडकरांचा फोटो समोर ठेवून हे लग्न लावलं.

ताईची कोणतीच हौस या लग्नात पूर्ण झाली नाही. पण तिला 'चॉइसही' नव्हता आणि 'व्हॉइस' ही. कारण बाबांचा या सगळ्याला पाठिंबा होता; पण म्हणून ताईच्या आणि मंदाच्या नात्यात कुठेच फरक पडला नाही. लग्नानंतर तिनं मंदालाही लगेच आपलंसं करून घेतलं. आम्ही दोघांनी हेमलकशाचा प्रकल्प सुरू करायचा निर्णय घेतल्यावर तिला खूप आनंद झाला. एकंदरीत काय, तर बाबांच्या नावाला काळीमा लावणारं ते काम नव्हतं. ते बाबांच्या कार्याला समर्पक होतं याचं समाधान तिला कायमच होतं.

बाबांच्या जाण्यानंतर आधीच निरीच्छ असलेली ताई पूर्णपणेच अलिप्त झाली. तिची जगण्याची ऊर्मीच कोणी हिरावून घ्यावी अशी ! सावलीसारखी बाबांबरोबर राहिलेली ताई त्यानंतरची वर्षं बाबांचं आनंदवन सांभाळत राहिली... विकासनं तो वसा घेतला... तो निभावतो आहे, या समाधानातच तिनं अखेरचा श्वास घेतला.

आपले आई-वडील आपल्याला जन्मभर पुरत नसतात, हे खरं; पण ताई आणि बाबांची शिकवण, संस्कार, आठवणी आणि वारसा जन्मोजन्मी पुरेल, असा आहे... ताईची आणि माझी नाळ तिच्या मृत्यूनंतरही तुटलेली नाही... ती आजही आमच्यात आहे, अशीच माझी भावना आहे.

धर्मनिरपेक्षतेचं गाव असते आई

उत्तम कांबळे, ज्येष्ठ साहित्यिक,
माजी संमेलनाध्यक्ष -
अखिल भारतीय मराठी साहित्य संमेलन

कधी जगण्याचं, कधी भाकरीच्या शोधात मजल-दरमजल करण्याचं, तर कधी बिनभाकरीचं कारण घडलं आणि आम्हा माय-लेकरांत ताटातूट होत राहिली. मी जन्मल्या जन्मल्या मोठाच प्रश्न निर्माण झाला होता. मला पाजण्यासाठी माझ्या आईला दूधच नव्हतं. त्याच वेळेला बाळंत झालेल्या आपल्या मोठ्या बहिणीच्या कुशीत मला तिनं दुधासाठी सोडलं. तेव्हापासून मी मावशीत आई पाहायला लागलो. पुढे मावशीचं दूध आम्हा दोघांना म्हणजे मला आणि तिच्या स्वतःच्या मुलीला कमी पडू लागलं म्हणून माझ्या आजोबानं आपल्या सासुरवाडीहून एक शेळी आणली. तिच्या दुधावर माझी गुजराण चालू झाली. मी शेळीतही आई पाहायला लागलो.

पुढं माझी आई माझ्या वडिलांबरोबर मिलिट्रीत गेली. जाताना तिनं मला आपल्या आईच्या म्हणजे आजीच्या पदराखाली ठेवलं. मी माझ्या आजीत दोन-दोन आया पाहू लागलो. एक तिच्यातली आणि एक माझ्यासाठी जन्माला आलेली आई प्रत्येक

नातवासाठी आजी आईचं रूप घेऊन उभी राहते, हेही मला जाणवायला लागलं. भाकरीच्या लढाईत आई हरवून गेली. लेकराबाळांवर माया करण्यासाठी, त्यांना मांडीवर खेळवण्यासाठी तिच्याकडे वेळच राहिलेला नव्हता. आईच्या मांडीवर झोपण्याची हौस पुरी व्हावी म्हणून मी माझ्या दुसऱ्या मावशीकडे जाऊ लागलो. निवांत तिच्या मांडीवर डोकं टेकवून झोपी जायचो. तिच्यातही मला आई दिसायची. 'माय मरो मावशी उरो' या शाळेत मास्तरांनी पाठ फोडून शिकवलेल्या म्हणीही आठवायला लागल्या.

शिक्षणासाठी मी गाव सोडलं आणि ओघानंच आईही सुटली. रायबागमध्ये हायस्कूलला असताना शिकंदर नावाचा मित्र भेटला. खूप जिव्हाळ्याचा झाला. दुष्काळात होरपळणाऱ्या विद्यार्थ्यांना बोर्डिंगमध्ये रोज मक्याची भाकरी, मक्याचा भात, मक्याचं पिठलं आणि मक्याचं उप्पीट मिळतं हे त्याच्या लक्षात आलं. अधूनमधून तो मला आपल्या घरी घेऊन जाऊ लागला. त्याच्या आईशी माझी ओळख झाली. त्याच्या आईचं नाव 'शरिफा'. अतिशय सुंदर आणि कष्टाळू आई होती ती तिच्या पंखाखाली तिनं स्वतः जन्माला घातलेले बारा मुलगे आणि एक मुलगी अशी तेरा लेकरं होती. ती मला आपल्या मुलांबरोबर त्यांच्याच थाळीत जेवायला लावायची. जेवण वाढून संपलं, की दोन-चार विटांवर बसायची. आम्ही भरभरून जेवू लागलो, की ती आपल्या दोन्ही हातांची बोटं आपल्याच कानावर काडकाड मोडून आनंद व्यक्त करायची. खा-खा, बोर्डिंगवर पोटभर मिळंल की नाही माहीत नाही. माझ्या शिकूबरोबर रोज घरी येत जा, असा ती आग्रह धरायची. तिनं कधीच मला किंवा आपल्या लेकरांना विचारलं नाही, की आपल्या घरात, आपल्या लेकरांच्या थाळीत, आपल्या लेकरांच्या मांडीला मांडी लावून जेवणाऱ्या या पोराची जात कोणती, धर्म कोणता?

मी अनेकदा शिकंदरच्या घरात जायचो. चिलीम आणि अधूनमधून विडी ओढणाऱ्या त्याच्या वडिलांशी गप्पा मारायचो, छान वाटायचं. स्वतःची इतकी सारी मुलं असताना शिकंदरची आई माझ्यावरही भरपूर प्रेम का करते, असा प्रश्न निर्माण व्हायचा; पण मी तो कधीच विचारला नाही. ईद असो, लग्न समारंभ असो मी शिकंदरच्या घरी जायचो, भरपूर खायचो. मी जसा खात जाईन तसा माझ्या या माँचा चेहरा उजळत जायचा. ती मला एकदा म्हणाली होती, 'मेरे खुद के तेरा बच्चे है, लेकिन फिर भी तू तो मेरा चौदहवी का चाँद है।' आई आपल्या लेकराचं रूपांतर माणसातच नव्हे तर सूर्य, चंद्र आणि

ताऱ्यांमध्येही करते, नाही! लेकराची लायकी कशी का असेना; पण आईला मात्र तिच्या रक्तामांसाचा गोळा सूर्य, चंद्रच वाटत असतो मी तर उपरा; पण तिच्या प्रेमानं हे उपरेपण दूर करून मलाही चंद्राच्या रांगेत बसवलं होतं. मुलगा म्हणून मला स्वीकारताना या माँच्या आणि माझ्यामध्ये माणसांनीच निर्माण केलेले कोणतेच धर्म, कोणत्याच जाती आड आल्या नाहीत.

हायस्कूलचं शिक्षण संपवून सांगलीत शांतिनिकेतन महाविद्यालयात आलो. आणीबाणीचा काळ होता तो. शिवाय, आईपासून पुन्हा दूरच राहायचं होतं. इथंही भाकरीसाठी आणि शिक्षणासाठी आणखी एक लढाई वाढून ठेवली होती. असंख्य विद्यार्थ्यांनी त्यात भाग घेतला होता. त्यापैकी मीही एक. महाविद्यालयीन जीवनात कोणतं तरी कारण घडलं आणि बापू ठाणेदार नावाचा मित्र मला मिळाला. होस्टेलमध्ये आम्ही अनेक विद्यार्थी भाकरी वाळत टाकून किंवा सुतळ्यांमध्ये ओवून त्यांचे आयुष्य वाढवण्यासाठी चित्रविचित्र प्रयोग करायचो. बापूलाही ते माहीत होतं. तो त्याच्या आईला हे सारं सांगायचा. तिचं नाव सुमन. बापूची आई शिक्षिका होती. दोन मुलगे आणि दोन मुली असा तिचा कुटुंबकबिला. परिस्थितीच्या एका फटकाऱ्यानं तिला विधवा केलं होतं. कपाळ पांढरंफटक केलं होतं.

बापूच्या आईनंही मला मुलाप्रमाणं सांभाळायला सुरवात केली. सणावाराला आणि इतर दिवशीही भरपेट जेवण देऊ लागली. सणाच्या दिवशी पाटाभोवती रांगोळी काढली जायची. आम्ही राजकुमाराप्रमाणं जेवायला बसायचो. जेवतानासुद्धा एक संस्कृती पाळायची असते, हे या माउलीनं आम्हाला, खरं तर मला एकट्याला शिकवलं. तिच्या मुलांना ते अगोदरच माहीत होतं. गावाकडे बहुतेक वेळा डाव्या हातात भाकरी पकडायचो. उजव्या हातानं ती मोडायचो. हे सारं आता बंद झालं होतं. डावा हात अन्नाला लावायचा नाही. सुरवातीला वरण-भाताचे चार घास, मग पोळी, मग पुन्हा भात. अधूनमधून लोणच्याला बोट लावून ते चाखायचं वगैरे वगैरे.

अनेकदा बापूच्या घरी मुक्काम व्हायचा. रात्री-अपरात्री उठून माउली माझ्या अंगावरचं पांघरूण नीट करायची. मी तिच्या मुलासारखा आणि ती माझ्या खरोखरच्या आईसारखी वागत होती. तिच्यात आणि माझ्यात समाजव्यवस्थेनं निर्माण केलेलं भलं मोठं अंतर कधीच गळून पडलं होतं. ती ब्राह्मण आहे, हे मला कधीच तिच्या वर्तनातून जाणवलं नाही. उलट, व्यवस्था मोडणारी एक रणरागिणी

अशीच ती मला वाटली. सुमारे तीस वर्षांनी पुण्यात तिची भेट झाली. एवढ्या मोठ्या कालखंडानंतरही माझ्याविषयी असलेला जिव्हाळा कमी झालेला नव्हता. मी तिला एक साडी घेतली होती आणि माझ्या एका मुलानं ती घेतली म्हणून नंतर ती इमारतीमधील आपल्या मैत्रिणींना दाखवत होती.

कोल्हापुरात शिक्षणासाठी आलो. गोखले कॉलेजच्या होस्टेलमध्ये राहू लागलो. तिथं भाकरी थापण्यासाठी अनसूया शिंदे नावाची मराठा समाजातील महिला यायची. तिलाही दोन मुली, एक मुलगा, नवरा. एका छोट्याशा जागेत ती राहायची. खूप छान भाकरी आणि अन्य सर्व स्वयंपाक करायची शिंदे मावशी. काही दिवसांनी मेस बंद पडली आणि भाकरीचा प्रश्न पुन्हा फणा काढून उभा राहिला. काही विद्यार्थी गावी परतले. मला ते शक्य नव्हतं; कारण शिक्षणासाठी मी आलो होतो. आमची उपासमार होतेय, हे शिंदे मावशीच्या लक्षात आलं. ती होस्टेलसमोरच राहायची. अतिशय प्रतिकूल परिस्थिती निर्माण झाली. शिंदे मावशी मदतीला आली. एक तर तिचीही परिस्थिती कठीण बनली होती. मेस बंद पडल्यानं तिचंही काम बंद झालं होतं. घरची परिस्थिती अतिशय कठीण असताना तिनं सकाळ, संध्याकाळ मला दोन-दोन भाकरी आणि आमटीनं भरलेलं ताट द्यायला सुरवात केली. जेवताना खूप आनंद वाटायचा; पण पैसे कोठून द्यायचे हा प्रश्नही निर्माण व्हायचा. पैशाविषयी एक दिवस धाडस करून विचारलंच, ''मावशी तू जेवण देते आहेस हे ठीक आहे; पण बिल कसं देणार, हा प्रश्न आहे.'' यावर मावशीनं हसत उत्तर दिलं, ''का रे बाबा, लेकराकडून आईनं जेवणाचं बिल मागण्याची पद्धतबिद्धत सुरू झाली आहे का? आमच्याकडे नाही ही पद्धत. निवांत जेव आणि भरपूर अभ्यास कर.'' शिंदे मावशीनं अन्न दिलं नसतं तर काय झालं असतं? कदाचित कोल्हापूर सोडावं लागलं असतं, शिक्षण थांबवावं लागलं असतं किंवा अन्य काहीतरी झालं असतं. पायाखालची वाट दगा देणारी ठरली असती. दिशा चुकल्या असत्या. भूक कुठंही घेऊन गेली असती मला ओढत फरफटत... जिथे दिशाच असत नाहीत अशा ठिकाणी!

पंचवीस-तीस-चाळीस वर्षांपूर्वी जेव्हा व्यवस्थेच्या डोळ्यांवर जातीचं कातडं टणक होतं, तेव्हा घडत होत्या या साऱ्या गोष्टी. विविध जातिधर्मांतील या साऱ्या आया व्यवस्थेच्या गालावर थप्पड मारत हे घडवत होत्या. या महिलांमध्ये फक्त माताच नव्हती, तर व्यवस्थेच्या विरुद्ध जाणारा विद्रोहही होता. आम्ही माता आहोत जाती नव्हे, असंच काही तरी त्या मला सांगत होत्या.

नोकरीच्या निमित्तानं नाशिकमध्ये स्थिरावलो. कवी किशोर भेटला. त्याच्याकडे ये-जा होऊ लागली. या भेटीत त्याच्या आईनं आपले पंख पसरले आणि मलाही मुलगा समजून आपल्या पंखाखाली घेतलं. भरपूर प्रेम केलं माझ्यावर. महात्मा गांधींच्या प्रार्थनासभेत म्हटलेल्या प्रार्थना मला किशोरच्या आईनं म्हणजे सुशीलानं अनेकदा ऐकवल्या होत्या. तिला कसली तरी पेन्शन मिळायची. तुला पैसे हवेत का, असं अधूनमधून ती विचारायची. तिच्या खोलीत खूप गप्पा मारायचो. पुढं युरोपच्या दौऱ्यावर जाताना तिनं आशीर्वाद घेण्यासाठी घरी बोलावलं. भरपूर जेवायला दिलं. जाताना हातावर दही ठेवलं. दहा की वीस रुपयांची नोट ठेवली. प्रवासात ठेव बरोबर, असं ती म्हणाली. मी आगाऊपणा करत पटकन म्हणालो, 'आई, अगं परदेशात डॉलर चालतात; रुपये नाही.' यावर ती म्हणाली, 'आईनं दिलेला पैसा सगळीकडंच चालतो.'

सुशीला आई आजारी पडली. एकदा तिला डॉ. शिंदे यांच्या हॉस्पिटलमध्ये ॲडमिट केलं होतं. ती सारखी माझी आठवण काढायची. मीही हॉस्पिटलमध्ये तिच्या उशाशी बसायचो. तिला बरं वाटायचं. 'असाच सारखा सारखा येत जा,' असा ती आग्रह धरायची. 'तू माझा तिसरा मुलगा आहेस', असं सांगायची. माझ्या लेकराचीही चौकशी करायची. सुशीला आईच्या निधनानंतर जे काही धार्मिक विधी करायचे होते, त्यासाठी मीही तिसरा मुलगा म्हणून उपस्थित होतो. विधी चालू असताना माझी नजर एकसारखी तिच्या खोलीकडे जायची. घरातून बाहेर पडताना ती माझ्या मागंमागं येत आहे असा भास होऊ लागला. ती पुन्हा माझ्या तळहातावर दही ठेवतेय, पुन्हा माझ्या हाती पैसे ठेवतेय, पुन्हा ती सांगतेय की आईचे पैसे जगभर चालतात... पळतात. खूप अस्वस्थ होत होतं. खरंच आई हयात नसतानाही ती असते. तिच्या आठवणी जिवंत होऊन आशीर्वादाचे, प्रेमाचे पांघरूण होऊन उभ्या राहतात.

आई गेल्यानंतर चादरीलाच आई समजून आम्ही भावंडांनी ती चादर पांघरली, असं कविवर्य सुर्व्यांनी एका कवितेत म्हटलंय. सुर्व्यांची आठवण सुटी येत नाही, ती कृष्णाबाईंना बरोबर घेऊन येतेय. कृष्णाबाईंनंही माझ्यावर मुलगा समजून प्रचंड प्रेम केलं. अजूनही करतेय. तिच्या मुलांना लाभलं नसेल एवढं प्रेम मला लाभलं. जेवण वाढताना तिचा एक विचित्र सिद्धांत असतो. आपल्याला जेवढं वाटतं तेवढंच खाता येत नाही, तर तिला जेवढं वाटेल तेवढं खायचं असतं. एकदा मी तिला रागावून म्हणालो, ''आई, तू कशाला एवढा आग्रह धरतेस? माझी शुगर वाढेल,

डायबेटिस वाढेल.'' त्यावर आई उसळून म्हणाली, ''आईच्या हातचं खाल्लं की शुगर वाढेल असं कोण मूर्ख डॉक्टर म्हणतो?'' आईच्या प्रश्नावर माझ्याकडे उत्तर नव्हतं. मीही माझा अनुभव थोडा तपासून पाहिला. आईच्या म्हणजे कृष्णाबाईंच्या हातचं खाल्ल्यानंतर माझी शुगर खरंच वाढलेली नव्हती. आता ही मानसिकता आहे, की खरंच मी कमी जेवलो होतो, की माझ्या नसानसांत पसरलेली आई होती, यापैकी मला काहीच सांगता येणार नाही. कृष्णाबाईंनं आपलं आत्मचरित्रच मला अर्पण करून टाकलं आहे आणि एका अर्थानं सुर्व्यांना सांगितलं आहे, की मास्तर, माझा जीव नवऱ्यापेक्षा मुलात अधिक गुंतलेला आहे.

व्याधींवर मात करत लढावं कसं आणि जगावं कसं, हे शिकवण्यासाठी आईचं रूप घेऊन माझ्यासाठी धावली ती आणखी एक आई - साधना प्रभाकर गणोरकर. प्रसिद्ध डॉक्टर संजय गणोरकरांची आई. तिची आणि माझी ओळख नेमकी कशामुळे झाली, हे मला माहीत नाही. ते शोधण्याची मला आवश्यकताही कधी वाटली नाही. कॅन्सरसारख्या एक धोकादायक आजारावर मात करून ही आई नाशिकपासून काही अंतरावर स्वतः बांधावर राहून शेती करते आहे. ही आई एकदम कर्तव्यदक्ष, बोलण्यात रोखठोक, आपलं चुकलंच तर कानाखाली आवाज काढायला कधी घाबरायची नाही. या आईची स्वतःची मुलं-बाळं, नातवंडं, सुना सारे उच्चविद्याविभूषित. आपापल्या व्यवसायांत स्थिरस्थावर झालेले; पण ही आई मात्र राबण्यात आनंद मानणारी. लेकरांचा संसार पाहत पाहत स्वतःही स्वाभिमानाचं जगणं जगणारी. एकदा तिनं मला घरी बोलावलं. खाऊ घातलं. घर फिरून दाखवलं. एक जुनी तलवारही दाखवली. माझ्या बायकोला सून समजून साडीचोळी केली. शेवटी म्हणाली, 'माझा परवा वाढदिवस झाला. माझ्याकडे जे काही पैसे होते, ते साऱ्या लेकरा-बाळांना वाटले. तुझा वाटाही बाजूला काढला आहे. मुकाट्यानं तो घे. वाद घालू नकोस.' आईनं माझ्या हातात एक सुंदर पाकीट दिलं. त्यात काही रक्कम होती. आईनं सहजपणे मला काळजात जागा दिली आणि नंतर सात-बारातही. एकदा आई बाबांबरोबर म्हणजे प्रभाकर गणोरकरांबरोबर श्रीलंकेत जाऊन आली. दौरा संपल्यावर तिनं मला घरी बोलावलं. दौऱ्यातून आणलेलं आणि माझ्यासाठी जपून ठेवलेलं तळहाताएवढं एक सुंदर पिंपळपान मला दिलं. अतिशय आनंदानं या पानाचा इतिहास सांगताना म्हणाली, ''भगवान बुद्धांना ज्या पिंपळाच्या वृक्षाखाली ज्ञानप्राप्ती झाली, त्या वृक्षाच्या फांद्या सम्राट अशोकाच्या मुलांनी श्रीलंकेत नेल्या. तेथे हा वृक्ष लावला. तो वर्षानुवर्षे

टिकवला. एकातून दुसरा वृक्ष निर्माण झाला. कोलंबोत मी स्वतः तुझ्या बाबांसह अशाच वृक्षाखाली गेले. तेथे वृक्षाच्या इतिहासाची आणि त्याला लाभलेल्या बुद्ध परंपरेची माहिती लिहिली होती. मला वाटलं, की एक पान तुझ्यासाठी तोडावं. तुला बुद्ध आवडतो; पण तिथला सुरक्षारक्षक काही केल्या पान तोडू देईना. शेवटी त्याला कुणाशी तरी बोलण्यात गुंतवलं आणि तुझ्यासाठी एक पान तोडून घेतलं. हे ते पान! जपून ठेव.''

मला मुलगा समजणाऱ्या मातांची मी अशी विलक्षण रूपं पाहत आलो. आई मला नेहमीच जगातली सर्वांत मोठी धर्मनिरपेक्षता वाटली. लेकरासाठी हवं ते करणारी वाटली. एकाही मातेनं मला कधीच विचारलं नाही, की तुझी जात कंची? किंवा तुझी इत्ता कंची? जात, पात, धर्म, प्रवेश, पंथ यांना छेदून जी उभी असते तीच तर आई असते, असं माझं स्वतःचं मत झालंय. मला लाभलेल्या आयांना मी आजपर्यंत काही दिलेलं आहे, असं मला कधी आठवत नाही. त्याच देत राहिल्या मला आणि देता देता वजा होण्याऐवजी अधिकच होत राहिल्या.

मुलांना भरपूर देऊनही आई कधी रिती होत नाही. ती समृद्धच होते सागरासारखी. कसं जमतं हे सारं जगभरातील मातांना? कोणती ऊर्जा लाभत असते त्यांना? आई कोणत्याही प्रदेशातली किंवा व्यवस्थेनं कोणत्याही जातीत ढकललेली असली, तरी तिचं प्रेम सारखंच असतं. जातीच्या कप्प्यात ते कधीच मावत नाही. कोणत्याही सीमांजवळ अडखळत नाही. जगभरातील आयांची भाषा सारखी, स्पर्शातलं वात्सल्य सारखं.. हे कसं घडत असेल? मला काही कळलेलं नाही, हेही प्रामाणिकपणे सांगायला हवं.

आभाळभर पसरत असते माय

सागरभर विस्तारत असते माय

धर्म, पंथ, प्रदेश नि जाती संपवत

लेकरासाठी उभी ठाकत असते माय!!

उदात्त

इंद्रजित भालेराव, कवी

आई चार वर्षांपूर्वी, १ एप्रिल २०१३ रोजी गेली तेव्हा ती शंभरीच्या आसपास होती. तिची जन्मतारीख नोंदवलेली नव्हती. ती शाळेतच गेलेली नसल्यामुळे तिची अंदाजे जन्मतारीखही कोणी नोंदवलेली नव्हती. आई गेली तेव्हा माझा मोठा भाऊ पणजोबा झालेला होता. मोठा भाऊ शाळेत गेलेला असल्यानं खरी नसली तरी अंदाजे का होईना त्याची जन्मतारीख नोंदवलेली होती. आई गेली तेव्हा तो ऐंशी वर्षांचा होता म्हणजे आई तेव्हा अंदाजे शंभरीच्या आसपास असावी.

आईची एकूण बारा बाळंतपणं झाली. त्यातला आठवा मी होतो. माझ्यानंतर आईला चार अपत्यं झाली. बारा अपत्यांपैकी चार अपत्यं वेगवेगळ्या कारणानं लहानपणीच वारली. आम्ही आठ जण मात्र जगलो. त्यातला एक जण पन्नाशीच्या आसपास गेला. आता आम्ही सात जण अजून जिवंत आहोत. मी शिकलेला असल्यामुळे अंदाजे का होईना माझीही जन्मतारीख नोंदवलेली सापडते. त्या शाळेच्या दाखल्यावरच्या अंदाजे जन्मतारखेनुसार आई गेली तेव्हा मी पन्नास वर्षांचा

होतो म्हणजे आईचा सहवास मला पन्नास वर्षे लाभला. सुरवातीची पंचवीस वर्षे मी तिच्या घरी होतो. नंतरची पंचवीस वर्षे ती माझ्या घरी होती.

आईची पहिली आठवण कशी सांगायची? कारण इतक्या आठवतात, की त्यातली पहिली कोणती ते कसं ठरवायचं? वडिलांचं व्यक्तिचित्र लिहिलं तेव्हा मात्र वडिलांची पहिली आठवण कोणती ते मी आवर्जून लिहिलं होतं. कारण त्याची मला खात्री होती; पण आईची मात्र खात्रीनं हीच पहिली आठवण, असं सांगता येणार नाही. आईच्या सुरवातीच्या सगळ्या आठवणी आहेत त्या सतत शेतात राबणाऱ्या आईच्या. काचेकोचे खोवून, वाकून वाकून काम करताना सतत घामाघुम झालेली आईच सुरवातीची आठवण म्हणून माझ्या डोळ्यांसमोर येते. आईच्या आठवणी आठवताना त्या एकाच जन्मीच्या आहेत की जन्मोजन्मीच्या आहेत अशी शंका वाटावी इतक्या त्या काळजात रुतलेल्या आहेत. आता आई गेलेली असली तरी ती सतत आहे असेच वाटते. सतत स्वप्नातही येत असते. एखादं लहान मूल आईपासून दूर गेलं तर ते उणं खातं, असं म्हणतात. त्याच्या तब्येतीवर परिणाम होतो. ते सतत उदास असतं. माझी आई माझ्या वयाच्या पन्नासाव्या वर्षी गेली तरी मी उणं खाल्लं, असं माझे मित्र म्हणतात. आई गेल्यानंतर माझी तब्येत झडतच गेली, ती पुन्हा पूर्वपदावर आलीच नाही, असं माझे मित्र सोपानराव धुळगुंडे नेहमी म्हणतात. मलाही ते खरं वाटतं. वडील गेले त्याचा एवढा परिणाम माझ्यावर झालेला नव्हता. आई गेल्यानंतर तो झाला एवढं मात्र खरं आहे.

आई म्हणजे निव्वळ प्रेमळ मूर्ती असा आईच्या व्यक्तिमत्त्वाचा ठसा माझ्या मनावर नाही. माझी आई खूप रागीट होती. खूप हट्टी होती. लहानपणी ती मला खूप मारायची. मलाच नाही तर सगळ्याच भावंडांना ती खूप मारायची. वडील कधीच मारत नसत. मारून शिस्त लावण्याचं सगळं गुत्तं आईकडे होतं. माझा एक मोठा भाऊ पन्नास वर्षांचा झाला तेव्हा तो काही व्यसन करतोय असं कळल्यावर आईनं त्याला धरून खूप मारलं होतं आणि अपराधी असल्यामुळे त्यानंही गुपचूप मार खाल्ला होता. त्यानं आईला परतून मारायचं तर सोडाच; पण तो परतून बोललादेखील नव्हता. कारण आईचा तसा नैतिक दरारा होता.

आई दुसऱ्या कुठल्याही कारणानं चिडलेली आहे म्हणून तिनं तो राग मुलांवर काढला असं कधी झालं नाही. मूल चुकलं तरच ती मारायची, त्यामुळे मुलं मार खात होती. आपलं काही चुकलं तर आता आपणाला मार खावा लागणार, याचा आम्हा भावंडांना आधीच

अंदाज असायचा. हा मार चुकणार नाही याची खात्रीही असायची, पण आपण चुकलो नाही तर आई मारणार नाही याचीही खात्री असायची. त्यामुळं चूक न करण्याची शिकवण त्यातून आपोआपच मिळायची आई इतकं मारायची तरीही आम्हाला ती कधीच खलनायक वाटली नाही किंवा तिचा रागही आला नाही. कारण तिनं कितीही मारलं तरी तिची माया उणी होत नसे.

माझी आई स्वतःच निरक्षर असल्यामुळे तिने माझ्यावर वाचनाचे काही संस्कार करण्याचा प्रश्नच येत नाही; पण मी लिहा-वाचायला लागलो याचं तिला फार फार कौतुक होतं आणि त्या कौतुकामुळे मला खूप प्रेरणा मिळाली असणार, हे नक्की. ती शिकलेली नव्हती. तिच्या लहानपणी शिक्षणाला एवढं महत्त्वही नव्हतं; पण आम्ही जन्माला आलो तेव्हा शिक्षणाला फार महत्त्व आलेलं होतं. ते महत्त्व मात्र तिच्या लक्षात आलं होतं. आई आणि वडील या दोघांनाही शिक्षणाचं महत्त्व कळल्यामुळे त्यांनी आमच्या शिक्षणासाठी खूप आटापिटा केला. त्यातल्या त्यात मी आणि माझ्या लहानग्या भावाच्या शिक्षणासाठी. मोठ्या दोन भावांच्या वेळीदेखील शिक्षणाचं एवढं महत्त्व लोकांच्या लक्षात आलेलं नव्हतं. त्यामुळं ते दोनही भाऊ शेतकामातच गुंतले. आमच्यावेळी मात्र आई-वडिलांनी जिद्द धरली आणि दोघांनी एकजीवाने आटापिटा करून, पडेल ती संकटं झेलून आम्हाला शिकवलंच शिकवलं. आलेले सगळे अडथळे त्यांनी आनंदानं पार केले. मी आणि माझ्या धाकट्या भावानं त्यांना त्यांच्या म्हातारपणी आर्थिक सुबत्ता प्राप्त करून दिली. वाचनाचा संस्कार आईनं करण्याचा प्रश्नच येत नाही, असं मी जरी सुरवातीला म्हणालो तरी तिनं आमच्या शिक्षणासाठी जिद्द धरली नसती तर मी कसला कवी झालो असतो?

वाङ्मयाचे संस्कारही अर्थातच माझ्या या निरक्षर आईनेच माझ्यावर केलेले आहेत. तिच्या जात्यावरच्या ओव्या आणि लोकगीतांनीच माझ्यातला कवी घडवला, हे मी इतरत्र पुष्कळ वेळा सोदाहरण लिहिलेलं आहे. शिस्त तर तिच्या मारानेच आम्हाला लावली आहे. तिच्यातली जिद्द आणि तिच्यातला स्वाभिमान आम्हाला रक्तातूनच मिळाला असणार. जगण्यातला उदात्त दृष्टिकोन आयुष्यभर आम्ही तिच्या आचरणातून पाहिला होता. माझ्यात तिनं काय पाहिलं होतं माहीत नाही; पण तिची प्रत्येक इच्छा मीच पूर्ण करू शकतो याची तिला खात्री असायची. तिच्यापोटी जन्माला आलेल्या बारा अपत्यांपैकी एक अपत्य तिला देवाला अर्पण करायचं होतं, तेव्हा तिनं माझीच निवड केली होती. इतका तिला माझ्याविषयी विश्वास होता. हा तिच्या जगण्यातला उदात्ततेचा दृष्टिकोन माझ्यात नक्कीच संक्रमित झालेला असणार.

आम्ही आयुष्यात खूप खूप मोठं व्हावं आणि त्यासाठी खूप खूप मेहनत करून शिकावं यासाठी तिनं आयुष्यभर जिद्द धरली. आग्रह धरला. शिक्षणाबरोबरच तिनं चांगल्या वागणुकीसाठीही कायम आग्रह धरला. आपल्या चांगल्या वागण्यातूनच आपल्या आयुष्याला मोल प्राप्त होत असतं, नाहीतर आपल्या आयुष्याला काही अर्थ नाही. म्हणून तिनं चांगलं वागण्याचा कायम आग्रह धरला.

मी दहावीच्या वर्गात नापास झालो तेव्हापासून ती जिवंत असेपर्यंत जेव्हा जेव्हा आयुष्यात हिंमत खचणारे प्रसंग आले तेव्हा तेव्हा आईनं मला कायम उभारी देण्याचं काम केलेलं आहे. इतकंच नाही तर माझ्या मुलांच्या संदर्भातही तिनं हीच भूमिका पार पाडलेली आहे. लहान-सहान गोष्टी मनाला लावून घ्यायची आणि हिरमुसून जायची माझी सवय. आईच्या ते लगेच लक्षात यायचं. आईनं लहानपणापासून आपला चेहरा वाचलेला असतो, त्यामुळं चेहऱ्यावरची रेषा न् रेषा तिला कळते. मुलाचं काहीतरी बिनसलंय हे लगेच तिच्या लक्षात येतं. माझ्या आईच्याही ते लगेच लक्षात यायचं. विचारपूस करून नाराजीची जागा ती लगेच शोधून काढायची. लगेच तिचं निराकरण करायची. सगळ्यांत जास्त महत्त्वाची गोष्ट म्हणजे आई आहे ही गोष्टच मला मनाला उभारी देण्यासाठी पुष्कळ असायची. ती असताना ती आहे या जाणिवेनं मनावरचं निम्म ओझं हलकं व्हायचं, त्यामुळं ती असेपर्यंत माझ्या अपयशाचं बरंच ओझं मी तिच्यावर टाकून मोकळा व्हायचो आणि तीही ते ओझं पेलायला सदैव तत्पर असायची. लहान मूल जसं आईच्या कुशीत स्वतःला सुरक्षित समजतं, तसं मी आई जिवंत असेपर्यंत म्हणजे माझ्या वयाच्या पन्नासीपर्यंत समजायचो, त्यामुळं अपयशाची मला मुळीच भीती वाटत नसे.

छत्रपती शिवाजी महाराजांच्या आई जिजाऊ यांचं निधन झालं तेव्हा शिवाजीराजेदेखील पन्नाशीचे होते. त्यांची तेव्हा काय अवस्था झाली असेल, याचं वर्णन जिजाऊंच्या देहांतावरच्या एका गाण्यात मी केलेलं आहे. त्याला माझा स्वतःचाच अनुभव कारणीभूत असावा. त्या गाण्याच्या एका कडव्यात मी लिहिलं होतं,

देहांताच्या काठावर

जुनी तुटताच नाळ

एकाएकी वृद्ध झाला

राजा जिजाऊचा बाळ

आईची वृत्ती आध्यात्मिक आणि तिचा स्वाभिमान टिचरा होता. तिला उगाचच माणसं धरून ठेवायची सवय नव्हती. अगदी जवळच्या नातेवाइकांशीही एकदा पटलं नाही तर ती त्याच्याशी असलेला संबंध कायमचा तोडून टाकायची. अगदी सख्ख्या भावांशीही जेव्हा तिचं जमलं नाही. त्यांचं वागणं तिला पटलं नाही. तेव्हा तिनं माहेर कायमचं वर्ज्य करून टाकलं. तिच्या वडिलांच्या निधनानंतर ती बारा- बारा वर्षे माहेराला गेली नाही. तिच्या आईला तिला जर भेटावंसं वाटलं तर ती आम्हाला पाठवून आईला घेऊन यायची. तिला काय खाऊपिऊ घालायचं ते घालायची. मनाचं समाधान होईपर्यंत तिला ठेवून घ्यायची. आजीला परत आजोळी नेऊन सोडायचं कामही मीच करायचो. आम्हाला कधी आजोळी जावसं वाटलं तर ती आम्हाला विरोध करीत नसे. जाऊ देत असे; पण आईशिवाय तिकडं जाणं आम्हाला फारसं आवडत नसे. आईचे आणि माहेरचे संबंध ताणले ते माझ्या लहानपणी. त्यामुळे आजोळचा आनंद कधी माझ्या वाट्याला आला नाही. माझ्या लहान भावंडांच्या वाट्यालाही तो फारसा आला नाही; पण माझ्यापेक्षा जी मोठी भावंडं होती, त्यांनी आजोळचं सुख मनमुराद अनुभवलं होतं. आम्हाला हे सुख अनुभवता येत नाही याविषयी तिला वाईट वाटायचं; पण तिचं मन तडजोडीसाठी तयार नसायचं. याची उणीव तिचा जो आध्यात्मिक परिवार होता तिकडून भरून निघत असे. आईच्या लळा-जिव्हाळ्यामुळं आमच्या घरी जो महानुभाव साधुसंतांचा राबता असायचा ते सगळे आम्हाला इतकं जीव लावायचे की आम्हाला नात्यागोत्यांची उणीवच भासत नसे.

शिवाय कुणाही नवख्या माणसाच्या पोटात शिरण्याची जी एक कला असते ती उपजतच आईकडून आमच्याकडे आलेली होती. त्यातल्या त्यात माझ्याकडे. त्यामुळे प्रेम करणारी आणि माया लावणारी माणसं आम्हाला रानावनातही सापडली. सोईर संबंधातून येणाऱ्या नात्याच्या तकलादू गोतावळ्यापेक्षा असा जीवाला जीव देणारा गोतावळा आईनं आम्हाला मिळवून दिला. त्यामुळं जगण्यातली उदात्तता आम्हाला समजली. आईची ही देणगी मला जास्त महत्त्वाची वाटते.

राबत्या शेतकरी कुटुंबातल्या बाईला स्वयंपाकघरात रमण्याचा प्रश्नच येत नाही, तिला तिथंही राबावच लागतं. इच्छा असो-नसो घरातल्या खंडीवर पेंढी असलेल्या माणसांसाठी भाकरी बडवाव्याच लागतात. पिठलं आटवावंच लागतं. तिथला स्वयंपाक हा केवळ पोटाचा आधार असतो. जिभेचा चोचला नसतो. टोपलंभर भाकरी आणि पातेलंभर कोरड्यास करताना त्याची चव पाहून चालत नाही. एवढं

सगळं करून पुन्हा शेतात राबायला जावं लागतं. आईच्या आयुष्याचा पूर्वार्ध हा असा स्वयंपाक घरात राबण्यात गेला.

तिच्या आयुष्याच्या उत्तरार्धात मात्र घरात सुना आल्या आणि सुबत्ताही आली तेव्हा मात्र ती स्वयंपाकघरात रमू लागली. चवी-चवीचे पदार्थ करू लागली. आमच्या घरी येणाऱ्या महानुभाव स्त्रिया या संपूर्ण महाराष्ट्राचा कानाकोपरा फिरून आलेल्या असत. त्यांना वेगवेगळ्या भागांतल्या पदार्थांची करणावळ माहीत असायची. आई हौसेनं हे पदार्थ शिकून घ्यायची आणि करत राहायची. सगळ्या घरादाराला ती खाऊ घालायची. सणावाराला पुरण-पोळी, टोपलंभर तळण असायचं. खळ्यादळ्याच्या काळात शेंगुळे-भेंडुळे असायचे. शिवाय सुधारस, दराबा, तेलच्या हे बाहेरच्या भागातले पदार्थही महानुभाव साधू घरी जेवायला असले की ती करायची; पण आईचा आणि माझा सगळ्यांत आवडता पदार्थ होता कण्या- घुगऱ्या, ताकाची आंबील. आई जिवंत असेपर्यंत आईनं आणि मी हे पदार्थ करून खाल्ले. घरातल्या इतरांना ते आवडत नसत; पण आमचं पोट त्याशिवाय भरत नसे. शेवटची पंचवीस वर्षे आई माझ्या नोकरीच्या ठिकाणी माझ्यासोबत होती. तिथं तिला स्वयंपाक घरात राबण्याची किंवा रमण्याची गरज नव्हती. पण कण्या, घुगऱ्या आणि आंबील करण्यापुरता ती स्वयंपाकघराचा ताबा घेत असे आणि आम्ही माय-लेकरं आवडीनं ते पदार्थ खात असू. घरातली इतर जण आम्हाला भिकारी-लक्षण म्हणून हिणवत असत.

माझी बायको मी निवडलेली नव्हती. आईनंच तिची निवड केलेली होती. त्यामुळे माझ्या विवाहानंतर माझ्या बायकोचं स्वागत आईनं कसं केलं हा प्रश्नच निर्माण झाला नाही. माझं लग्न झालं आणि बायकोसोबतच आईही शहरात माझ्याकडे राहायला आली. ती शेवटपर्यंत पंचवीस वर्षे माझ्याकडेच राहिली. म्हणून मी सुरवातीला म्हणालो, की पंचवीस वर्षे मी तिच्या घरी राहिलो. तिनं आणि वडिलांनी मिळून बांधलेल्या घरात राहिलो आणि नंतरची पंचवीस वर्षे आई मी माझ्या कष्टानं बांधलेल्या घरात राहिली.

आई आणि बायको दोघी मिळून एकजिवानं राहात. कधी-कधी दोघी मिळून मला फसवत असत. दोघी मिळून मला ठरवून खोटं बोलत असत. कदाचित आईनं तिला सांगितलं असावं की हा बापासारखाच व्यवहार न कळणारा आहे. तेव्हा आपण दोघी मिळून सगळा व्यवहार नीट पाहिला पाहिजे आणि तशा दोघी मिळूनच

सगळा व्यवहार पाहत असत. मलाही त्यात रस नव्हता. मला माझं लेखन-वाचन पुरेसं होतं. मी त्यात कायम गुरफटलेला असे. मलाही व्यवहार पाहायला सवड नव्हती आणि आवडही नव्हती. त्यामुळं त्यांच्या व्यवहारात मी अडथळा आणत नसल्यामुळे त्या आनंदित होत्या. त्या दोघी मिळून आपणाला काही काम सांगत नाहीत म्हणून मीही आनंदी होतो.

मी त्यांच्या स्पर्धेत नव्हतो; पण पुढं चालून माझ्यावर सत्ता गाजवण्याची दोघींमध्ये स्पर्धा सुरू झाली आणि माझी अडचण होऊ लागली; पण मला त्यातून बाहेर पडणं सोपं होतं. आईनं बायकोची तक्रार केली की मी म्हणायचो, तूच हुडकून आणलंस तिला, तुझं तू पाहून घे आणि बायकोनं आईची तक्रार आणली तर म्हणायचो, की तुम्ही दोघी मिळून मला धडा शिकवता आणि आता कशाला तक्रार! त्यामुळे मी फार ताण घ्यायचो नाही. कुणाही एकीची बाजू घ्यायचो नाही. कुणाही एकीत सामील व्हायचो नाही. त्यामुळं कंटाळून त्यांनाच एकमेकीत सामील व्हावं लागायचं आणि त्यांनाच एकमेकीची बाजू घ्यावी लागायची. मला तर त्या दोघींना गुण्यागोविंदानं नांदलेलंच पाहायचं होतं. माझ्या अलिप्तपणामुळे ते आपसूक घडून यायचं.

आम्ही चार भाऊ. पैकी दोघं शेतीत राबणारे आणि दोघं नोकरीवाले. माझा पगार व्यवस्थित असल्यामुळे आईचं ओझं मला वाटण्याचं कारणच नव्हतं, त्यामुळे शेवटची पंचवीस वर्षे आईला मी एकट्यानंच सांभाळलं. आईचे वाटे होऊ दिले नाही. आईला सांभाळण्याचा खर्चही कुणाला मागितला नाही. धाकट्याचाही पगार चांगला होता. त्यालाही आईला सांभाळणं शक्य होतं; पण तो सुरवातीला पुणे आणि नंतर हैदराबाद असा आमच्या गावापासून खूप दूर दूर राहात होता. आयुष्य खेड्यात गेलेल्या आईला इतक्या दूर करमणं शक्य नव्हतं. मी गावापासून अवघ्या तीस किलोमीटरवर राहत असल्यामुळं माझ्याकडं राहणं तिला सगळ्यात जास्त सोयीचं होतं. शिवाय माझ्यावर तिचा आणि तिच्यावर माझा सर्वाधिक जीव आणि विश्वास होता. त्यामुळं ती सर्वाधिक काळ माझ्याकडे राहिली. शिवाय माझ्याकडे येणाऱ्या थोरामोठ्यांकडून तिचं सतत कौतुक होत असल्यामुळेही तिला माझ्याकडे राहणे सुखकारक वाटत असावं, त्यामुळेही ती माझ्याकडे रमली आणि मला त्याचा आनंदही होता. आपणाला आईची सेवा करता येते या उदात्त आनंदामुळे मी खूप खूप सुखी होतो. मी आईला सांभाळतो हे कौतुकही माझ्या वाट्याला येत होतं. त्याचाही मला आनंद वाटत होता. माणसाला आणखी काय हवं असतं?

आई माझ्याकडे असल्यामुळे माझ्या चारही बहिणी सणावाराला माझ्याकडे येत होत्या. त्यांचा राबता माझ्या बायकोला कधीही नकोसा वाटला नाही. उलट आलेल्या बहिणींचं ती अत्यंत आनंदानं आणि प्रेमानं करायची. बाजारात जाणं, त्यांच्या हौशी पुरवणं, त्यांना आहेर घेणं, अशी सगळी कामं ती आनंदानं करीत असे. मीही आई म्हणेल ते बहिणींसाठी करायला तयार असे. आईला नेहमी वाटायचं आपण आपल्या मुलींना लग्नानंतर कधीही सोनं दिलं नाही. एका वर्षी जमा झालेल्या माझ्या मानधनाच्या पैशातून मी सर्व बहिणींना तोळा तोळा सोनं घेऊन दिलं. आईची इच्छा होती म्हणून बहिणींची मुलं माझ्याकडे शिकायला ठेवली, त्यामुळे आई खुशच खूश असायची. तिच्या आनंदाला पारावार नसे. आपण आयुष्यभर आपल्या मुलींसाठी जे करू शकलो नाही ते सगळं एकटा मुलगा करतोय याचा आनंद तिला फार फार होता, त्यामुळे तिचं आयुष्यही वाढलं. अगदी शंभरीपर्यंत ती जगली.

शेवटची सात वर्षे तिच्या पायात शक्ती नव्हती, त्यामुळे तिला उठून उभं राहता येत नसे. ती आपल्या अंथरुणावर पडून असे. तिला तिच्या शारीरिक विधीसाठी उचलून न्यावं लागत असे. पण, त्यामुळं ना मी कंटाळलो, ना बायको, ना मुलं. सर्वांनी तिचं सगळं अगदी आनंदानं केलं. माझा मोठा मुलगा हर्षवर्धन तर तिचा फार लाडका. शेवटी- शेवटी रात्री- बेरात्री ती त्यालाच हाक मारायची. तो दिसायला माझ्या वडिलांसारखा होता, त्यामुळे आम्ही आईला चिडवायचो. तो तुझ्या नवऱ्यासारखा दिसतो म्हणून तू त्यालाच बोलावतेस, असं आम्ही म्हणायचो. तीही हसायची.

शेवटच्या काळात आईची प्रकृती बऱ्याचदा गंभीर असायची. तेव्हा एखादी बहीण यायची आणि आईची सेवा करायची. बहिणी आता वयस्क झाल्या होत्या. त्यांनाही सुना, नातवंडं आली होती. त्यामुळं त्यांनाही रिकामा वेळ मिळायचा. एकमेकींशी संपर्क करून अदलून-बदलून त्या आईच्या सेवेसाठी येत आणि महिना-महिना राहत असत. त्यामुळे दुःखातही तिला सुखच वाटायचं. ती आनंदी राहायची. तिच्या आनंदातच माझाही आनंद सामावलेला होता.

जाताना आईनं आम्हाला एप्रिल फुल केलं. ती गेली एक एप्रिलला. आपल्या मृत्यूनंतर आपले कुठलेही विधी करू नयेत अशी इच्छा आईनं माझ्याजवळ व्यक्त केली होती. मी ती सर्व भावांना सांगितली. तिच्या इच्छेनुसार ती आयुष्यभर ज्या शेतात राबली त्याच शेतात तिचे अंत्यसंस्कार केले. महानुभाव पद्धतीप्रमाणे तो दफनविधी होता. शेतात ज्या ठिकाणी तिचे दफन केले त्या ठिकाणी पुढच्या हंगामात

पेरणी केली. नंतर तिचं दफन कुठं केलं तेही आम्ही विसरून गेलो. तीही तिचीच इच्छा होती. आपल्या मृत्यूनंतर आपली समाधी किंवा प्रतिमेचं पूजन होऊ नये अशी तिची इच्छा होती, म्हणून आम्ही घरातही तिची प्रतिमा लावली नाही. तीही तिचीच इच्छा होती.

पण आपल्या आईची वाङ्मयीन मूर्ती आपण जतन केली पाहिजे, असं मला तीव्रतेनं वाटून गेलं. म्हणून आईच्या पहिल्या स्मृतिदिनी मी तिचा एक स्मृतिग्रंथ प्रकाशित केला. आई जिवंत असताना मी आईचं व्यक्तिचित्र लिहिलं होतं. १९९० च्या एका दिवाळी अंकात मोठ्या सन्मानानं आईच्या छायाचित्रासह ते प्रकाशित झालं होतं. त्यानंतर आई पंचवीस वर्षे जिवंत होती. तिचं व्यक्तिचित्र अनेक विद्यापीठांनी अभ्यासक्रमात लावलं. ते वाचून लोक आईला भेटायला यायचे. त्याची तिला खूप अपूर्वाई वाटत असे.

आईचा स्मृतिग्रंथ आणि पहिला स्मृतिदिन आईच्या स्वभावाप्रमाणं अतिउदात्त आनंद देऊन गेला.

माझे तुटले माहेर

प्रा. मिलिंद जोशी,
कार्याध्यक्ष - महाराष्ट्र साहित्य परिषद

रविवार, १० ऑक्टोबर २०१०. दुपारी चार वाजता आईला देवाज्ञा झाली. सकाळी दहा वाजता फोन करून तिने माझी खुशाली विचारली होती. दुपारी तिच्या आकस्मिक निधनाची बातमी... नवरात्रीच्या निमित्ताने होणाऱ्या भजनाला जाण्याच्या तयारीत होती ती... छातीत कळ आल्याचे निमित्त झाले आणि तिचा जीवनप्रवास संपला. आजही आठवणींचे पक्षी घिरट्या घालायला लागतात आणि तो जुना हवाहवासा वाटणारा, पर्युत्सुक करणारा स्नेहगंध दरवळायला लागतो.

आईची लहानपणापासूनची वेगवेगळी रूपे माझ्या डोळ्यांसमोर आहेत. मध्यम उंचीची, सावळ्या रंगाची, बोलक्या डोळ्यांची आणि ठसठशीत व्यक्तिमत्त्वाची. नळदुर्ग हे तिचे माहेर. उस्मानाबाद जिल्ह्याचे पहिले खासदार व्यंकटराव नळदुर्गकर यांची ती कन्या. माझी आई पुण्याच्या एसएनडीटी महाविद्यालयात शिकलेली. विद्यार्थिदशेतच ती गांधी आणि नेहरूंना भेटली होती. अभिनय, गायन आणि वादन या कला तिच्याकडे होत्या. आजोबा सुधारणावादी विचारांचे, तोच संस्कार तिच्यावरही

झाला. सासर मात्र सनातनी विचारांचे. रूढी, परंपरा आणि कर्मकांड यांना प्राधान्य देणारे, त्या काळात पुण्यात शिकलेली माझी आई उस्मानाबाद जिल्ह्यातील परंडा तालुक्यातील माणकेश्वरसारख्या छोट्या खेड्यात लग्नानंतर राहायला आली. त्या वातावरणात प्रचंड घुसमट झाली तिची. लग्नाच्या अगोदर सासरी पडलेला मोठा दरोडा, माहेरी स्वतःच्या भावाचा झालेला जीवघेणा अपघात यामुळे तिचे लग्न पुढे ढकलावे लागले. माझे वडील पुण्याच्या स.प. महाविद्यालयाचे पदवीधर. घरची प्रचंड शेती असल्यामुळे पदवीधर झाल्यानंतर त्यांनी शेती करण्याचा निर्णय घेतला. प्रयोग करून शेती फुलवली; पण '७२'च्या दुष्काळाने कंबरडे मोडले. यातून मराठवाड्यातले शेतकरी उठूच शकले नाहीत. केवळ शेतीवर भिस्त असल्यामुळे संसार करताना आलेल्या आणि सत्त्वपरीक्षा घेणाऱ्या संकटांना वडिलांबरोबर आईने समर्थपणे तोंड दिले.

वडील गावी माणकेश्वरला होते. आम्हा मुलांच्या शिक्षणासाठी त्यांनी बार्शीला घर केले होते. आईच्या कडक शिस्तीखाली आम्ही वाढलो. अभ्यासातली कुचराई तिला अजिबात आवडायची नाही. कोणतेही काम ठरलेल्या वेळेतच झाले पाहिजे, असा तिचा आग्रह असायचा. पहाटे लवकर उठून कामाला लागण्याची सवय तिनेच लावली. आर्थिक विवंचना आणि चणचणीचे ते दिवस होते; पण तिने आमच्या मनाची श्रीमंती कधीही कमी होऊ दिली नाही. घरी प्रचंड शेती होती, पण दुष्काळाने कंबरडे मोडले होते; त्यामुळे खेळता पैसा कधीच नसायचा. अशा परिस्थितीत काटकसर करून आनंदाने कसे जगायचे हे तिनेच शिकविले. माझे वडील अतिशय भावनाशील होते. तिला मी कधीही निराश होऊन आसवं ढाळताना पाहिलं नाही. संकटावर स्वार होण्याचा धीरोदात्तपणा तिनंच दिला.

आम्ही अभ्यासात पुढे असावे असे तिला वाटायचे; पण आम्ही नुसता अभ्यास करावा हे मात्र तिला मान्य नसायचे. बार्शी हे तसे तालुक्याचे गाव. त्यावेळचे लोक पारंपरिक विचारांचेच जास्त होते. अशा काळात मुलींनी महाविद्यालयातल्या स्नेहसंमेलनातल्या कार्यक्रमात आणि त्यातही नृत्यात भाग घेणे म्हणजे काही तरी महाभयंकर, अशीच समजूत असायची. वडिलांचाही या गोष्टींना विरोध असायचा. आई मात्र प्रोत्साहन द्यायची. माझ्या सगळ्या सख्ख्या आणि चुलत बहिणींना टांग्यातून ती कॉलेजमध्ये नृत्याच्या प्रॅक्टिससाठी घेऊन जायची. तिच्या करारी स्वभावापुढे वडील आणि काकांचेही काही चालायचे नाही. 'माणसाच्या अंगात एक तरी कला असलीच पाहिजे' असं ती सांगायची.

बारावीला मला ९२ टक्के गुण मिळाले आणि कराडच्या शासकीय अभियांत्रिकी महाविद्यालयात प्रवेश मिळाला. त्या काळात आईचे दर आठवड्याला पत्र यायचे. ते अतिशय प्रेरणादायी असायचे. एका महिन्यात घरून पैसे यायला उशीर झाला. माझी आबाळ झाली. तिला वाईट वाटले. पुढच्या पत्रात तिने लिहिले होते, 'छोट्या छोट्या प्रसंगांनी नाराज होण्याची सवय लावून घेऊ नकोस. आलेले दिवस राहत नसतात. अनुभवाच्या मुशीत तावून सुलाखून निघालेले आयुष्यच अधिक श्रीमंत असते.' तिचे विचार दहा हत्तींचे बळ देऊन जायचे. आजही आयुष्यातल्या कसोटीच्या प्रसंगात तिचे हे विचार माझी पाठराखण करतात. 'आपण हिंमत सोडायची नसते' या तिच्या विचारांचे मी आजही रोज पुण्याहवाचन करतो. पैसा म्हणजे सर्वस्व नाही हा मोलाचा संस्कार तिने दिला.

आईचा आवाज गोड होता. बार्शीच्या लक्ष्मी भजनी मंडळाची ती आधारस्तंभ होती. भेटलेल्या माणसाची हुबेहूब नक्कल ती करायची. भारुडे ही तिची खासियत होती. सुलाखे हायस्कूलमध्ये देशस्थ ऋग्वेदी मंडळातर्फे झालेल्या नाटकात तिने वेड्या बाईची भूमिका केली होती. ती पाहताना अनेकांच्या अंगावर शहारे आले. बार्शीला अंधश्रद्धा निर्मूलन समितीतर्फे जी छोटी नाटिका डॉ. श्रीराम लागू यांच्यासमोर सादर झाली त्यात आईने अंगात येणाऱ्या भोंदूबाबाची भूमिका केली होती. तिच्या अभिनयाचे डॉ. लागूंनी तोंडभरून कौतुक केले. आपल्या आनंदाचा शोध आपणच घ्यायचा अशी तिची वृत्ती होती, त्यामुळे मी तिला कधीही दुःख उगाळताना पाहिले नाही. साध्या साध्या गोष्टीतून आनंद शोधण्याचा मंत्र तिने दिला. आयुष्यात फार थोडी दाने तिच्या मनाप्रमाणे पडली; पण त्याची खंत न बाळगता एखाद्या आनंदयात्रीसारखी ती जगली. मनीषा ही माझ्या सख्ख्या वहिनीची सख्खी बहीण. ती बार्शीलाच शिकायला होती. आमचे प्रेमप्रकरण सुरू होते तेव्हा मी इंजिनिअरिंगच्या दुसऱ्या वर्षाला शिकत होतो. ती बार्शीला डी. आर. देशपांडे सरांच्या वाड्यात एक खोली घेऊन स्वाती काशीद या तिच्या मैत्रिणीसह राहत होती. एक दिवस गंमतच घडली. मी, मनीषा आणि स्वाती रात्री नऊ ते बाराचा सिनेमा पाहण्यासाठी गेलो. रात्री बारा वाजता सिनेमा सुटला.

आम्ही तिघे गप्पा मारत येत होतो. मनीषाला माझ्या घरावरून पुढं जावं लागणार होतं. आम्ही वाड्याच्या दारात आलो तर माझे वडील अप्पा हात पाठीमागे बांधून दारात उभे होते. आम्ही तिघेही चपापलो. छातीत धडकी भरली. मी घरात गेलो. माझ्या मागून अप्पा आले. रात्री मला ते एक शब्दही बोलले नाहीत. सकाळी उठून

चहा पिताना त्यांनी माझी आईकडे तक्रार केली. मी झोपेचे सोंग घेऊन बिछान्यात पडून सगळं ऐकत होतो. सकाळी अंघोळ झाल्यानंतर आरशासमोर उभा राहून भांग पाडत होतो. गॅसच्या ओट्याजवळ काहीतरी करणारी आई माझ्या शेजारी येऊन उभी राहिली.

''मी जे ऐकलं ते खरं आहे का?'' आईनं विचारलं.

''काय?'' मी म्हणालो.

''तू आणि मनीषा....'' आई म्हणाली.

मी चपापलोच. ''मलाही ती आवडते, पण सध्या इंजिनिअरिंग पूर्ण करायचे ध्येय ठेव, या नादात तिकडं दुर्लक्ष होता काम नये. शिक्षण संपल्यावर नोकरी लागल्यावर लग्न कर,'' आई म्हणाली. तिने सगळेच प्रश्न सोडवून टाकले होते. नंतर तिने काय करावं! मनीषाला बोलवून घेतलं आणि म्हणाली, ''तू या घरची भावी सून आहेस, आता रूमवर राहू नकोस, चहा, नाष्टा, स्वयंपाक यात खूप वेळ जातो. तुझाही अभ्यास महत्त्वाचा आहे. तू आमच्याच घरी राहा.'' आईची आज्ञा पाळून मनीषा आमच्याच घरी राहायला आली. तिच्या चहा, नाष्ता, जेवणाच्या वेळा आई कटाशाने पाळायची आणि तिला अभ्यास करायचा आहे याची सारखी आठवणही करून द्यायची. एकत्र कुटुंबात काही नवे करू पाहणाऱ्या मुलींचे काय होते हे तिने अनुभवले होते. सुनांच्या बाबतीत असे घडू नये यासाठी ती दक्ष होती. इतर मुलांच्या मानाने माझे खूप लवकर लग्न झाले. नोकरीचे सुरुवातीचे दिवस होते. पगार बेताचा होता. काही दिवस मनीषाने बार्शीत आणि मी पुण्याला राहावे असे वाटत होते. थोडे स्थिरस्थावर झाल्यावर पुण्यात घर करावे असा विचार होता. आईने त्याला सक्त विरोध केला. 'सेटलमेंट' या शब्दाला अर्थ नाही असं ती म्हणायची. तिने मला पुण्यात फ्लॅट बघायला सांगितला. माझा संसार लावण्यासाठी ती आणि माझ्या सासूबाई एका गाडीत सामान घेऊन पुण्यात आल्या. दर दोन महिन्यांनी आई पुण्याला यायची. मोकळेपणाने राहायची. तिची कशातही लुडबूड नसायची. चौकशा नसायच्या. 'हे असं करा, ते तसं करा' हे सांगणं नसायचं. स्वतःची एकही गोष्ट ती लादायची नाही. सुनांनी घरकामामध्ये वेळ घालविण्यापेक्षा वाचन, कलेत वेळ घालवावा असं तिचं सांगणं असायचं. सुनांनी काम केलेले अजिबात आवडत नाही, अशा जगातल्या अपवादभूत सासूंपैकी ती एक असावी. त्यामुळे घरात सगळ्या कामाला बायका असायच्या. आई सोप्यावर बसून या

बायकांशी मनमुराद गप्पा मारत त्यांना जीव लावायची. जेवणे, टीव्ही पाहणे, पुस्तक वाचणे, पेटी वाचवणे, गाणे म्हणणे, फिरायला जाणे असा तिचा दिनक्रम असायचा. सुनांशी ती मैत्रिणीप्रमाणे वागायची. माझे आणि तिचे नातेही आई-मुलांपेक्षा मित्राचेच होते.

मला एक मुलगी, माझ्या मोठ्या बहिणीला ज्योतीला दोन मुली, मोठ्या भावाला तीन मुली, माझ्या अगोदरच्या बहिणीला स्वातीला एक मुलगी. माझे आई-वडील सात नातींचे आजी-आजोबा. मुलासाठी एखादी संधी घ्या असा आग्रह आईने कधीच केला नाही. 'तुम्हाला नातू नाही का?' असा प्रश्न कुणी विचारला तर ती म्हणायची 'मुलं तरी काय देतात? मला मुलीच आवडतात.' तिच्या नातींबरोबरही ती मैत्रिणींसारखी वागायची.

माझी आजी सोवळी होती. ती रोज सोवळ्यात स्वयंपाक करून जेवायची. तिचे नियम फार कडक असायचे. माझी आजी विकेशा आणि आईच्या सुना मात्र बॉबकटमधल्या. या एकाच घरात या तीन पिढ्यांचे अंतर आईने कौशल्याने दूर केले. परंपरा आणि प्रश्नांच्या चक्रात तिची जी घुसमट झाली ती तिने सुनांची होऊ दिली नाही. तिचा कशासाठीही अट्टहास नसायचा. कुणालाही त्रास न होऊ देता जमतील तेवढ्या गोष्टी कराव्यात यावर तिचा भर असायचा. भल्याभल्यांना परंपरेची जळमटं काढून टाकता येत नाहीत. आईने ती सहज दूर केली होती. पुण्यात मी बांधकाम कंपनीत नोकरी करीत होतो. पगार चांगला होता, पण आवडीच्या गोष्टींसाठी वेळच मिळत नव्हता. माझी खूप घुसमट व्हायची. मी वैतागून नोकरीचा राजीनामा द्यायचं ठरवलं. या गोष्टीला आईचा खंबीर पाठिंबा होता. 'तुला ज्यात आनंद मिळेल ते तू कर' ती म्हणाली. अखेर मी नोकरीचा राजीनामा देऊन प्राध्यापकी स्वीकारली आणि लेखन, वक्तृत्व या क्षेत्रात काही करू लागलो. माझ्या अनेक पुस्तकांचे प्रकाशन आणि माझी व्याख्याने तिच्या डोळ्यांसमोर झाली. तिच्या डोळ्यांत जमा झालेलं पाणी मला व्यासपीठावरूनही दिसायचं.

आई साक्षात अन्नपूर्णा होती. कानडी संस्कार असलेल्या कुटुंबात वाढल्यामुळे चिंचगूळ घातलेले पदार्थ ती अप्रतिम बनवायची. तिने बांधून दिलेल्या दशम्या प्रवासात खाताना स्वर्गीय सुखाचा अनुभव यायचा. आदरातिथ्याला ती कंटाळायची नाही. अनेक दिग्गज लेखक, कलावंत, वक्ते माझ्या बार्शीच्या घरी येऊन गेले. आईने त्यांना प्रेमाने जेवायला वाढले. माणसं हाच तिच्या आवडीचा विषय होता. ती जीव लावणारी होती. घरात काम करणाऱ्या बायकांपासून ते मैत्रिणींपर्यंत, मुलींपासून

सुना-नातवंडांपर्यंत सहवासात येणाऱ्या प्रत्येकाला तिने जीव लावला. ती काळाप्रमाणे बदलली, त्यामुळे तिला आपण काहीतरी हरवतोय असं कधी वाटलं नाही.

किती ही छोटी गोष्ट घडली तरी ती आईला सांगण्यात एक गंमत वाटायची. मन हलकं करण्याचं ते एक हक्काचं ठिकाण होतं. तिच्याजवळ गेलं की बळ, दिलासा मिळायचा. मुख्य म्हणजे, आपण लहान आहोत याची सतत जाणीव व्हायची. आज ते सगळंच हरवलंय! आई गेल्यानंतर लेखक पं. ना. कुलकर्णींनी मला सांत्वनपर पत्र लिहिले. त्यात त्यांनी लिहिले होते, 'शारदीय नवरात्रात तुमच्या आईने जगदंबेच्या चरणी जीवनमाळ अर्पण केली. जगदंबेच्या कुंकवात सौभाग्याचे कुंकू मिसळले. 'जगाच्या दृष्टीने तिच्या आयुष्याचे सोने झाले. माझे मात्र पोरपण संपले. माहेर तुटले...

आई नावाचा आधारवड

वीणा पाटील, संस्थापक - वीणा वर्ल्ड

एखाद्या स्त्रीला व्यवसाय करायचा असेल तर घरातून प्रचंड पाठिंबा मिळेल, अशी एक व्यवस्था असावी लागते. माझ्या करिअरमध्ये हा भक्कम पाठिंबा आईकडून सातत्यानं मिळत गेला. जन्मापासून आईचे आणि माझे सूर जुळलेले आहेत. माझ्या लहानपणी आम्ही गावी राहायचो. त्या वेळी आम्हा सर्वांसाठी आई सतत राबत असायची. गावी चुलीजवळ बसून फुंकणीनं चूल पेटवायची, भाकरी करायची आणि आम्हाला खाऊ घालायची. संध्याकाळी आम्हाला अभ्यासाला बसवायची. आमच्या अभ्यासाबाबत आई खूप आग्रही होती. आपली मुलं शिकली पाहिजेत, ती खेड्यात न राहता शहरात गेली पाहिजेत, उच्चशिक्षित झाली पाहिजेत, हा तिचा ध्यास होता, तसेच चांगल्या हस्ताक्षराबाबतही तिचा आग्रह असायचा. व्यक्तीचं अक्षर चांगलं असेल तर त्याचं व्यक्तिमत्त्वही सुधारत जातं. नीटनेटकेपणाची, टापटीप राहण्याची एक सवय त्यातून माणसाला जडते. आज मला हस्ताक्षरासाठी नावाजलं जातं; पण आईनं एका रात्रीत माझं हस्ताक्षर सुधारलं होतं, त्यामुळे माझ्या 'व्यक्तिमत्त्वाची

जननी'ही तीच आहे. गावात राहात असूनही आई-बाबांनी आमच्यावर शहरातील संस्कार केले. त्या शिस्तीचा, आग्रहाचा फायदा आजवरच्या वाटचालीत झाला आहे आणि होत राहणार आहे. कष्टाशिवाय पर्याय नाही हे आईनं लहानपणीच आमच्या मनावर ठसवलं होतं. ध्येयवादी असणं, आत्मविश्वास असणं हे सर्व गुण माझ्यामध्ये आईकडूनच आले आहेत. 'व्हाय नॉट वी' हा आत्मविश्वास तिच्या चेहऱ्यावर नेहमी दिसायचा आणि आजही दिसतो. आज आम्ही वेगळं झालो असलो तरी आपलं कुटुंब पुढं कसं जाईल याबाबत सतत तिचे विचार सुरू असतात.

आईला सतत काही ना काही शिकायला आवडतं, त्यामुळे ती नेहमीच नवनवीन गोष्टींविषयीची माहिती घेत असते. मी काम करत असतानाही ती समोर येऊन बसायची. माझं निरीक्षण करायची. अनेक गोष्टींबाबत प्रश्न विचारायची. त्यातून काही तरी शिकायला मिळावं, ही तिची भूमिका असायची. आजही तिची शिकण्याची ऊर्मी कायम आहे. वयानं माझ्यापेक्षा २० वर्षांनी मोठी असूनही आईचा उत्साह आमच्यापेक्षा कितीतरी पटींनी अधिक आहे.

माझ्यासाठी आणि कुटुंबातील प्रत्येकासाठी आई नेहमीच एक खंबीर आधार बनून राहिली आहे. मी पहिली टूर घेऊन गेले तेव्हा ती माझ्याबरोबर होती. त्यापूर्वी तिनं माझ्याकडून एक 'मॉक इंटरव्ह्यू' घेतला होता. त्यातून तिनं माझं निरीक्षण केलं. गरज वाटेल तिथं सुधारणा सांगितल्या, त्यामुळे मला नेहमीच तिचा 'मॉरल सपोर्ट' वाटत आला आहे. आम्ही भावंडं वडिलांबरोबर काम करायला लागलो तेव्हाही तिनं खूप पाठिंबा दिला. आज स्वतंत्र झाल्यामुळं व्यावसायिक संबंध उरलेले नसले तरी आई म्हणून तिचा पाठिंबा आहेच.

आई लुडबुडी आहे. सतत तिची काही ना काही लुडबूड सुरू असते. अनेकदा आम्हाला त्याचा त्रासही होतो. काही वेळा आम्ही तिला 'किती नाक खुपसतेस आमच्यात' असंही म्हणायचो; पण तरीही तिची लुडबूड थांबायची नाही. वेगळं झाल्यानंतर 'तू आता लक्ष घालू नकोस' असं मला तिला सांगावं लागलं; पण तरीही ती तशीच आहे. अर्थात, आमचं व्यक्तिमत्त्व घडायला तिच्या या लुडबुडीचा फायदाच झाला. संसार चालवतानाही तिची खूप मदत झाली.

मला आठवतंय, मी दहावीत असताना आम्ही बोरीवलीला मामांकडे राहायला आलो. त्या वेळी मामांकडे गॅस सिलिंडर नव्हता. त्याकाळी मुंबईमध्ये सिलिंडर

मिळणं आजच्या इतकं सोपं नव्हतं तेव्हा आईनं गावावरून गोणीत घालून रेल्वेतून गॅस सिलिंडर आणून दिला. अशा प्रकारचं दिव्य ती बिनधास्तपणानं आणि धैर्यानं करायची. आमच्या काळजीपुढं तिला त्याची जराही भीती वाटायची नाही, त्यामुळे वडिलांशी माझा 'इमोशनल कनेक्ट' असला तरी आईशी माझा 'सपोर्ट कनेक्ट' होता. माझ्या सुरवातीच्या काळात आई वडिलांप्रमाणं खंबीर उभी राहिली.

हे उभं राहात असताना तिनं आमच्यावर कोणतीही गोष्ट लादली नाही. साधं स्वयंपाकाचंच उदाहरण घ्या ना. लहानपणापासून मी कधीच स्वयंपाक केलेला नाही. ते काम आईकडे असायचं. किंबहुना, आजही मला स्वयंपाक करायला अजिबात आवडत नाही. लग्नानंतर सासूबाई स्वयंपाक करायच्या. आता घरात कामाला असलेल्या मुली करतात. मी दाद देऊ शकते किंवा टीका करू शकते; पण आईनं कधीही ही गोष्ट आलीच पाहिजे असं माझ्यावर लादलं नाही. ही माझ्यासाठी खूप मोठी गोष्ट होती. 'सासरी जाऊन तुला काम करावंच लागेल' असं टिपिकल आईचं वाक्य तिनं कधीही सांगितल्याचं मला आठवत नाही. मुळात, व्यावसायिक प्रगती सुरू झाल्यानंतर तिनं मुलगी या दृष्टीनं माझ्याकडे कधी पाहिलं नाही. लग्नाबाबतही तिनं कधीच माझ्यावर भावनिक दबाव आणला नाही.

लग्नानंतर सुरुवातीला मी वसईला रहायला गेले; पण दोन वर्षांनी आम्ही पुन्हा माहिमला आई-बाबांच्या इमारतीतच राहायला आलो. त्यामुळे माझी मुलं त्यांनीच सांभाळली. साहजिकच, व्यवसायासाठी फिरतीवर जाताना मला कधीही मुलांची काळजी नसायची. मध्यंतरी, बाबा आजारी पडले होते तेव्हा मी त्यांना 'तुम्ही आम च्याकडून खूप लाड करून घेता' असं म्हणाले होते; पण प्रत्यक्षात आई-बाबांनी आयुष्यभर आम्हा सगळ्यांचे खूप लाड केले आहेत आणि सांभाळून घेतलं आहे. हे ऋण कधीही न फिटणारं आहे. आई-बाबांना माझी किती काळजी आहे याबाबतचा एक प्रसंग मला आठवतोय. मागे एकदा मी सिमल्याला टूरवर होते. त्या वेळी माझा मोठा मुलगा आजारी पडला होता; पण ही गोष्ट मला टूर संपेपर्यंत कळूही दिली नाही. एका पर्यटकांनी मला 'तुमचा मुलगा बरा आहे आता' असं सांगितल्यानंतर ती मला समजली. माझ्या जीवाला घोर लागू नये यासाठी त्यांनी ही गोष्ट लपवून ठेवली होती. आजही तिला आम्हा सर्वांची तितकीच काळजी असते.

आईला सुरवातीपासूनच आमच्या व्यवसायाचा, आमचा अभिमान होता. आमचं डेडीकेशन ती पाहत होती. त्यातून काही तरी चांगलं निर्माण होतंय, हेही ती जाणून होती. परदेशात टूर न्यायला लागल्यावर आपण काहीतरी वेगळे करतोय याचा आनंद तिच्या चेहऱ्यावर लख्ख दिसत होता. आता परदेशातही आपला झेंडा फडकतोय याचा तिला वाटणारा अभिमान अवर्णनीय होता. मी इलेक्ट्रिकल इंजिनिअरिंगचा डिप्लोमा केलेला आहे, त्यामुळे रुढार्थानं शैक्षणिकदृष्ट्या मी उच्च शिक्षित नव्हते; पण तो काळ डॉक्टर, इंजिनिअर बनण्याचा होता. प्रत्येक पालकाचं आपल्या मुलांबाबत ते स्वप्न असायचं. आईही त्याला अपवाद नव्हती; पण आम्ही व्यवसाय विस्तारू लागलो तसं तिला वाटणारं हे शल्य कमी झालं. मुलांच्या शिक्षणाबाबत तिच्या मनात असणारी बोच कमी झाली. आज तिला आमचा अभिमान वाटतो.

अर्थात आमच्या यशाबद्दल आईला सुरवातीपासूनच खात्री होती. आम्ही सतत काहीतरी निर्मिती करत राहावी, असं तिला नेहमी वाटायचं. त्यामुळेच एखादं नवीन ऑफिस, जागा घेतली की तिला खूप बरं वाटायचं. पूर्वी मी टूरवर जायचे तेव्हा ती सोबत यायची. तिथं किचन सांभाळायची. आमच्या कूक लोकांचं व्यवस्थापन करायची. मी पर्यटकांना साईट सिईंगला नेऊन आणेपर्यंत सगळा स्वयंपाक तयार ठेवायची. आज परिस्थिती वेगळी आहे. आज संस्था नावारूपाला आली आहे. पर्यटनाच्या क्षेत्रातील एक अग्रणी ब्रँड म्हणून आमची ओळख बनली आहे; पण पूर्वीच्या काळी पर्यटन क्षेत्रात आम्ही आजच्या इतके नावाजलेले नव्हतो. संस्थेचा आकारही फारसा मोठा नव्हता, त्यामुळे सगळी कामं स्वतःच करावी लागायची. त्या काळात आईची साथ खूप मोलाची ठरली. आईकडे नियोजनकौशल्य आहे. काय हवं, काय नको हे तिला अचूकपणानं ओळखता येतं. त्यानुसार ती सर्व तयारी करून घ्यायची. टूरवरही तिचा खंबीरपणा, धीटपणा पदोपदी जाणवत राहायचा. यासंदर्भातील एक आठवण सांगावीशी वाटते. ज्येष्ठ नागरिकांच्या टूर सुरू केल्यानंतर आई-बाबांना घेऊन मी एकदा परदेश दौऱ्यावर गेले होते. तिथं बाबांचा पासपोर्ट हरवला. आम्ही त्या वेळी लंडनमध्ये होतो. आईला आम्ही पुढं जायला सांगितलं आणि आम्ही तिथंच राहिलो. मला त्याचं खूप वाईट वाटलं होतं. एवढी कंपनी चालवत असूनही आपला पासपोर्ट हरवतो आणि आपण काहीही करू शकत नाही याचं खूप दुःख झालं होतं; पण आईनं एकटीनं ती टूर पूर्ण केली. नंतरच्या काळात

अनेकदा आम्ही एकत्रितपणानं टूर केल्या. अगदी अलीकडच्या काळात आम्ही अंटार्क्टिका टूरवरही गेलो होतो. त्या वेळीही आई अगदी पूर्वीसारखीच उत्साही होती. त्या टूरवर मला बोट लागली; परंतु आई-बाबा दोघांनाही त्याचा त्रास झाला नाही.

आईला टापटीप आणि नीटनेटकं राहायला आवडतं. ती स्वतःला मेंटेन ठेवण्याबाबत दक्ष असते. आजही तिला फॅशनेबल राहण्याची आवड आहे. परदेशांत शॉपिंग करायला मिळेल अशी ठिकाणं आईला मनापासून आवडतात. मुळातच तिला खरेदीची मनापासून आवड आहे. पूर्वीचं आयुष्य खूप काटकसरीत घालवलं असल्यामुळे 'लेट हर शॉप' अशी भूमिका घेत आम्हीही तिला याबाबत अडवत नाही. आई खूप अभ्यासूही आहे. ती सतत कशाचा ना कशाचा अभ्यास करत असते. त्यातूनच मग आम्हालाही उपदेश सुरू असतात. आपल्याला सगळ्या गोष्टीतलं सगळं कळतं असं तिला वाटतं, त्यामुळे अगदी डॉक्टरांकडे गेल्यावरही तिची लुडबूड सुरू असते. अमूक एक गोळीच का द्यायची, दुसरी गोळी का द्यायची नाही, असे असंख्य प्रश्न विचारून आई त्यांना हैराण करून सोडते. याउलट माझी भूमिका असते. मी डॉक्टरांवर पूर्ण विश्वास टाकून मोकळी होते. आपण माणसांवर विश्वास टाकला पाहिजे, माणसे जोडूनच आपण पुढे जाऊ शकतो, अशी माझी भूमि का असते. वीणा वर्ल्डची निर्मिती झाल्यावर आईची फारशी लुडबूड राहिली नाही; पण केसरीत असताना तिच्या लुडबुडीचा कधी कधी त्रास व्हायचा. मी एखाद्यावर एखादे काम सोपवले की त्याच्यावर पूर्ण विश्वास टाकते. त्याचे परिणाम काहीही होवोत मला त्याची फिकीर नसते. अनेकांना ते चुकीचं वाटतं; पण व्यक्तीवरील विश्वासच आपल्याला जोडून ठेवतो, असं मला वाटतं. आईला ते मान्य नसतं.

तिचे कष्ट बघून आम्ही थक्क होतो. मला आठवतंय गावी असताना आम्ही चारही भावंडं एकाच वेळी आजारी पडलो होतो. त्यावेळी ती एकटी चौघांची सेवा करत होती. मध्यंतरी, केसरीभाऊ म्हणजे बाबा आजारी होते तेव्हा रुग्णालयातील तिची धावपळ पाहिली. ते पाहून 'कुठून येतं हिला इतकं बळ' असा प्रश्न मनात निर्माण झाला होता. आजही बाबांना पदोपदी ती साथ देत असते. एकमेकांना साथ देणारे असे आई-वडील पाहायला मिळणं हे आमचं सौभाग्य आहे.

वीणा वर्ल्डची जाहिरात पाहिल्यानंतर आईचा फोन आला होता. त्या वेळी मी तिला बोलावलं. आमचं पहिलं ऑफिस घेतलं त्या वेळी सगळे जण आले होते. तेव्हा 'खूप मोठी हो' असं म्हणून आईनं आशीर्वाद दिला. त्यानंतर मध्यंतरी एकदा ती आली आणि म्हणाली 'आमचं चुकलं गं..!' मीही ते ऐकून गहिवरून गेले होते. वास्तविक घेतलेल्या निर्णयाचा मला जराही पश्चात्ताप झालेला नाही. वेगळं झाल्यानंतर सुरवातीला वाईट वाटलं; बाबांच्याही मनाला ते खूप सलत होतं. मी अनेकदा त्यांची समजूत काढली. मधल्या काळात आमच्यात दुरावा निर्माण झाला होता; परंतु तीन वर्षांनंतर आता मीही तिथं जायला लागले. कारण किती काळ मनात सल ठेवायची आणि आडमुठा तरी किती काळ जपायचा? शेवटी पालक म्हणून ते आनंदी राहावेत, त्यांचं मन सशक्त राहावं यासाठी प्रयत्न करणं हे आपलं कर्तव्य आहे. आज वीणा वर्ल्ड प्रस्थापित झाल्यावर आई-बाबांच्या मनातील अपराधीभावही कमी झाला आहे. शेवटी काळ हेच सर्वांत मोठे उत्तर आहे. आईही मला समजून घेईल याबाबत माझ्या मनात जराही शंका नाही. कारण सरतेशेवटी मी कितीही प्रगती केली, उंच आकाशात झेप घेतली तरी त्याचं सर्व श्रेय आईला आणि बाबांनाही आहेच नाही का? मातृदिनाच्या निमित्ताने तिला मनापासून थँक्यू म्हणताना मला खूप आनंद होत आहे.

प्रेरणादायी आई

विष्णू मनोहर, पाककला तज्ज्ञ

खरं तर आईचा आणि माझा सहवास जन्मापासूनच आहे... माझी आई सध्या ८२ वर्षांची आहे. आम्ही चार भावंडं. तीन भाऊ, एक बहीण. सर्वांत थोरली बहीण सुचित्रा. त्यानंतर आम्ही तीन भावंडं, तिन्ही भावांत मी थोडा सावळा आणि खोडकर, त्यामुळे आई मला नेहमी म्हणायची, की हा दवाखान्यात बदलला गेला असावा. या गोष्टीचं मला खूप वाईट वाटायचं. त्या वेळी एक गाणं खूप लोकप्रिय होतं, 'एका तळ्यात होती बदके पिले सुरेख, होते कुरूप वेडे पिल्लू तयांत एक.' हे गाणं लागलं की मला खूप रडू यायचं. असं वाटायचं, की जे काळं पिल्लू आहे, ते मीच आहे. म्हणूनही असेल कदाचित, पण मी लहानपणी काहीसा घुमा, स्वतःत रमणारा, दिवास्वप्न रंगवणारा होतो. आजचा जो लोकांत मिसळणारा, बिनधास्त विष्णू दिसतोय ना, त्याचा मागमूसदेखील नव्हता तेव्हा! पण हा बदल माझ्या आईने घडवून आणला. ती नेहमी म्हणायची, ''अरे, भर दो जवानो में वो ताकद, जो आसमान को छू ले।'' माझ्या आईची मनावर कायमची कोरलेली आठवण म्हणजे ती सकाळी उठून गाण्याचा रियाज करायची. आमचं त्या वेळचं घर जुन्या पद्धतीचा वाडा

होता. तिथे खिडकीला लाल-पिवळ्या काचा होत्या. सकाळी सूर्याची किरणं आतम ध्ये यायची. आम्ही चारही भावंडं तिच्या मांडीवर डोकं ठेवून झोपलेलो असायचो व तिच्या रियाजाने आम्हाला जाग यायची. तो प्रसंग आजही मनावर कोरलेला आहे. मी संगीताची परीक्षा द्यावी, यासाठी ती खूप मागे लागायची. त्यासाठी तिनं अपार कष्ट घेतले; पण मी काही ती परीक्षा देऊ शकलो नाही, याचं मला आजही वाईट वाटतं. आजही कामानिमित्त मी कितीही बाहेर असलो, तरी नागपूरला आईसोबत राहायला मला फार आवडतं.

आईच्या अनेक आठवणी माझ्या जवळ आहेत; पण नमूद करण्यासारखी एक आठवण सांगतो. मला कडक थालिपीठ आवडायचं. आई कल्हईच्या, पितळेच्या डब्यात थालिपीठ द्यायची. मधल्या सुट्टीपर्यंत ती थालिपीठं थिजून जायची. मग मी मधल्या सुट्टीत पळत घरी यायचो व आईला आवडणारं कडक थालिपीठ, जे ती तव्यावर ठेवून कामाला बाहेर गेली असायची, ते खाऊन घ्यायचो. यासाठी अनेकदा मी तिच्या हातचे धपाटेसुद्धा खाल्ले आहेत.

आईला वाटायचं, की मी गाणं म्हणायला पाहिजे, मोठा गायक झालो पाहिजे. म्हणून कदाचित विष्णू दिगंबर पलूसकर या शास्त्रीय संगीतातल्या मोठ्या जाणकाराच्या नावाने प्रेरित होऊन माझं नाव 'विष्णू' असं ठेवलं असेल.

आई म्हणजे प्रेमळ मूर्ती असं म्हटलं जातं, हे अगदी शंभर टक्के खरं आहे. आज मी जो काही आहे, तो आईच्या त्यागामुळेच. स्वत: संगीताचे क्लासेस घेऊन आईने हलाखीच्या परिस्थितीत आम्हाला शिकवलं, सुसंस्कार दिले, आम्हाला घडवलं. त्या माउलीला कोटी-कोटी प्रणाम, सात जन्मसुद्धा आम्ही तिचे पांग फेडू शकणार नाही.

आई प्रसंगी कडक, पण आतून मृदू स्वभावाची आहे. समाजात वागावं कसं, वाईट प्रसंगाला कसं सामोरं जावं आणि ओतप्रोत भरलेला आत्मविश्वास आईमुळेच आम्हाला मिळाला आहे. तसंच, गाणं, लिखाण, विविध छंद व अपेक्षित संभाव्य गृहितकं या सगळ्या गोष्टी आईमुळेच आमच्या रक्तात उतरल्या आहेत.

आमचं शिक्षण व संगीतासाठी आई वाटेल ते करायला व स्वत: मेहनत घेऊन आम्हाला शिकवायला तयार असायची, आग्रही असायची. कोणत्याही अपयशावर तोडगा म्हणजे आई, असं मुळात आमचं समीकरणच होतं. कोणतंही अपयश किंवा

टेन्शन आलं, की आईचा आत्मविश्वास आम्हाला अपयशातून बाहेर काढायचा, असं म्हणायला हरकत नाही. आजही काही अडचणी आल्या तर आईचा चेहरा मी आठवतो. आईचं ब्रीदवाक्य मला आठवतं, ''भर दो जवानो में ताकद, जो आसमान छू ले।'' आणि तुम्हाला सांगतो, मी त्या अडचणींवर मात करतो.

आईला अगदी आनंदात, सगळ्यांसोबत मिळून मिसळून राहायला, सर्वांसोबत खायला-प्यायला फार आवडतं. म्हणूनच तिनं सगळ्यांना मोत्याच्या माळेसारखं प्रेमात गुंफून ठेवलं होतं. तिच्या हातचा स्वयंपाक म्हणजे जणू अन्नपूर्णेचा हातच! मला अजून एकही असा प्रसंग आठवत नाही, की आईनं एखादं व्यंजन बनवलेलं असावं आणि ते चवदार नसावं. प्रत्येक प्रकारचे उत्कृष्ट, रुचकर पदार्थ ती बनवायची. मला मात्र आजही तिच्या हातचं फोडणीचं वरण फार आवडतं.

माझ्या पत्नीचे म्हणजेच अपर्णाचे व आईचे संबंध मायलेकीसारखे. घरातही अगदी खेळीमेळीचं वातावरण, मला तर आठवतच नाही की अपर्णाचा व आईचा कधी वाद झाला असेल. खरं तर, तिन्ही सुना तिच्यासोबत आनंदाने राहतात.

आईचं तेव्हा अभ्यासाकरिता रागवणं, संगीत शिकण्याचा आग्रह करणं मला तेव्हा आवडत नव्हतं; पण आता मात्र वाटतं, की ती तेव्हा किती योग्य होती व तिचा निर्णय माझ्यासाठी किती खरा व अचूक होता. शिस्तपालन आम्ही तिच्याकडून शिकलो. ती जेवढा अभ्यास नेटाने करायला लावायची, तेवढंच आम्हाला किती प्रकारे ती आनंद देऊ शकेल याचा विचार करायची. आम्हाला घडवताना तिने खूप काबाडकष्ट केले. आमची आई, तिचा भाऊ हे चांगले शिकलेले होते. तिला हेच वाटायचं की आपल्या मुलांनीसुद्धा खूप शिकून मोठं व्हावं, डिग्री मिळवावी. यासाठी तिनं नागपुरातल्या चांगल्यात चांगल्या शााळेत आम्हाला घातलं, लहानपणापासून मी कमाई करायला सुरवात केली होती. बुक बाइंडिंग, धान्य विकणं इत्यादी अनेक कामे केली. दहावीत असताना आम्ही केटरिंगचा व्यवसाय सुरू केला; पण हे तिला मुळीच मान्य नव्हतं. तिचा आग्रह होता, की पहिले शिक्षण नंतर बाकीचे धंदे! पण ज्या वेळी तिनं पाहिलं, की मी निवडलेला धंदा चांगला आहे व तो मी योग्य पद्धतीने करू शकेन, त्यावेळी तिने हळूहळू आम्हाला मदत करायला सुरवात केली.

आम्ही वयाने लहान असल्यामुळे आम्हाला कामं मिळत नसत, त्या वेळी ती स्वतः आम्हाला कामे मिळवून द्यायची. एवढंच नाही, तर मोठ्या

ऑर्डर्ससाठी स्वत: किचनमध्ये ठाण मांडून बसायची. तिच्या शिस्तीमुळे व नीटनेटकेपणामुळे आमची केटरिंगची कामं भरभराटीला आली. लोकांचा विश्वाससुद्धा वाढला.

सामाजिक, राजकीय, आर्थिक क्षेत्रांत तिचा अभ्यास असायचाच, ती तशी चिकित्सक होती, समाजात काय सुरू आहे, अर्थार्जन कसं व्हायला पाहिजे, याबरोबरच राजकीय हालचालींवरसुद्धा तिचं लक्ष असायचं; पण तिचे विचार तिनं फक्त मांडले, कुणावर कधीच लादले नाहीत. आर्थिक नियोजनात तिचा पहिल्यापासूनच हातखंडा होता व तो अधिकार ती बजावतसुद्धा होती. कदाचित तिच्या या नियोजनामुळेच आम्ही आज इथपर्यंत पोहोचलो आहोत, तिला नियोजनाचे स्वातंत्र्य असूनही तिने त्याचा कधीही गैरवापर केला नाही.

रागवायचं म्हटलं तर ती आधी आई म्हणून फार रागवायची, हवं ते काम करून घ्यायची, पण नंतर आमच्याशी मोठ्या बहिणीप्रमाणे वागायची. सगळ्या गोष्टी आवर्जून समजावणारी, बरं-वाईट सांगणारी अशा प्रकारच्या भूमिका ती निभावत होती. खरं तर, ती आमचा एक जवळचा मित्रच बनली होती, असं म्हणणं अतिशयोक्ती ठरणार नाही.

एकविसाव्या शतकाकडे सकारात्मक दृष्टीने बघणाऱ्या आईने सामाजिक व तंत्रज्ञानाची क्रांती घडू लागली तेव्हा त्या क्रांतीसोबत जाण्यास आम्हाला प्रवृत्त केलं. तंत्रज्ञानातच अर्थज्ञान असतं, हे तिने आवर्जून सांगितलं. आईनं आम्हाला शिकवलं, वळण लावलं तेव्हाची परिस्थिती एकदम वेगळी होती, आम्हाला तेव्हा फार हलाखीच्या परिस्थितीतून जावं लागलं होतं, पण आईमुळेच आम्ही इथपर्यंत पोहोचलो आहोत; पण मी मात्र माझ्या मुलाला असा कोणताही आग्रह करत नाही. त्याला क्रिकेट खेळण्याचा छंद आहे, तसेच जंगल सफारी करणे, ॲडव्हेंचर ॲक्टिव्हिटी करणे व खाण्याचाही शौक आहे. मी तो त्याच्या इच्छेप्रमाणे पूर्ण करतो. सध्याची परिस्थिती पूर्णपणे वेगळी आहे.

आजही मी माझ्या आईला पूर्णपणे वेळ देतो, खरं तरं जेव्हा-जेव्हा कामातून मला वेळ मिळतो, तेव्हा तेव्हा मला माझ्या आई-बाबांजवळ नागपूरला जाऊन राहायला आवडतं. आईला कारमधून फिरायला फार आवडतं. मी आजही घरी असलो, की तिला कारमधून फिरवतो. तिला आवडणारे पदार्थ मी माझ्या हाताने बनवून देतो. तसेच तिच्या संपूर्ण आवडी-निवडी पूर्ण करतो. खरं तर आजच्या या दिवशी मला

संस्कृत भाषेतला एक श्लोक म्हणायला आवडेल....

मातृदेवीम् नमस्तुभ्यं मम जन्मदात्रिम त्वम् नमो नमः।

बाल्यकाले मां पालन कृत्वा मातृकाभ्यो त्वम् नमाम्यहम।।

अर्थात, मी माझ्या आईला प्रणाम करतो, जिने मला जन्म दिला. मी माझ्या आईला प्रणाम करतो, जिने मला सुसंस्कार दिले. आईने मला आत्मविश्वास दिला आणि समाजात चांगलं माणूस बनायला लागणाऱ्या सर्व गोष्टी दिल्या. हे माते, तुला कोटी-कोटी प्रणाम. सात जन्मच नव्हे तर जन्मोजन्मी तुझ्याच पोटी मला जन्माला येऊ दे, ही ईश्वरचरणी प्रार्थना.

कल्याणकारी आई

सचिन तेंडुलकर, प्रसिद्ध क्रिकेटपटू

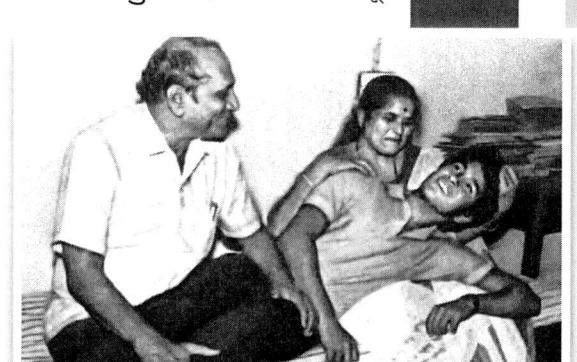

मुलांच्या कल्याणासाठी जे जे करता येणं शक्य आहे, ते ते पालकांनी करावं, ही अगदी स्वाभाविक गोष्ट आहे. माझ्या चाळीस वर्षांच्या आयुष्याकडे जेव्हा मी वळून पाहतो, तेव्हा माझ्या पालकांनी माझ्यासाठी किती अपरिमित त्याग केला आहे, याची मला नव्याने जाणीव होते.

मला आठवतं, माझी क्रिकेटमधली रुची जसजशी वाढू लागली, तसतसा मी अधिकाधिक वेळ क्रिकेट मैदानावर घालवू लागलो. मुंबईमधील शिवाजी पार्क हे जणू माझं दुसरं घर झालं. सकाळ - संध्याकाळ नेटमधील सराव करूनही माझी फलंदाजी करण्याची ओढ काही शमेना - म्हणून मी आणखी जास्त वेळ मैदानावर घालवू लागलो. सराव सत्र संपण्याच्या सुमारासच मी क्रिकेट संचाची बॅग भरायचो, ती खांद्यावर घेऊन बीईएसटी बसने बांद्र्याला माझ्या घरी जायचो. घरी पोचेपर्यंत मी पूर्णपणे गळून, थकून जायचो. हा रोजचा प्रवास खरोखरीच खूपच दमवणारा होता. हे सारं माझे आई-बाबा आणि मोठा भाऊ अजित पाहत होते. मला माझं 'जीवन' खऱ्या अर्थाने जगता यावं म्हणून त्यांनी मला शिवाजी पार्कला काकांकडे राहायला

पाठवायचं ठरवलं. आता विचार करता वाटतं, तेव्हा त्यांनाही माझ्याबरोबर वेळ घालवावासा वाटला असेल; पण क्रिकेट माझ्यासाठी फक्त खेळ राहिलेला नसून त्याहीपेक्षा जास्त काहीतरी आहे, हे त्यांनी ओळखलं आणि माझा मोह सोडला.

हा निर्णय माझ्यासाठी फायदेशीर ठरला. कारण माझा विनाकारण होणारा मोठा प्रवास वाचला. तेव्हा आई (रजनी तेंडुलकर) लाइफ इन्शुरन्स कॉर्पोरेशन ऑफ इंडियामध्ये नोकरी करत होती. तिचं ऑफिस सांताक्रूझला होतं. माझे वडील (रमेश तेंडुलकर) पोद्दार महाविद्यालयात प्राध्यापक होते. शिवाजी पार्कवर प्रो. आचरेकर सरांनी घेतलेल्या सरावानंतर आम्ही थोडा वेळ गप्पा आणि इकडे तिकडे करायचो आणि नंतर साधारण संध्याकाळचे सात वाजण्याच्या सुमारास मी काकांच्या घराच्या दिशेने निघायचो. माझे आईबाबा त्यांचं दिवसभराचं काम आटोपून रोज मला भेटायला शिवाजी पार्कच्या घरी यायचे. विशेषत: माझ्या आईसाठी रोजच्या रोज होणारा हा अत्यंत गर्दीतला प्रवास अजिबात सोपा नव्हता. सांताक्रूझवरून भरगर्दीच्या वेळी लोकलने दादरला यायचे, ही काही खायची गोष्ट नक्कीच नव्हती; पण पूर्ण दिवस काम करून श्रमल्यानंतरही दोघे हा दोन्ही वेळचा एक ते दोन तासांचा अतिरिक्त प्रवास आनंदाने करायचे, केवळ मला एकटं वाटू नये म्हणून. किती विलक्षण गोष्ट आहे ही!

त्या न कळत्या वयात मला त्यांच्या या प्रवासाचे काही विशेष वाटत नसे, मला वाटायचे, हे अगदी स्वाभाविकच आहे. आता लक्षात येते, की त्यांच्यासाठी ते किती थकवणारे आणि कष्टाचे होत असेल! आज, जेव्हा मी माझ्या मुलांच्या शाळेत पालकसभेसाठी किंवा इतर कोणत्याही कारणास्तव जातो, तेव्हा माझ्या मनात समाधान आणि आनंदाची संमिश्र भावना असते, एक पालक म्हणून मी माझी भूमिका पार पाडतोय, याची. आजच्या काळात, जेव्हा एवढ्या सोयीसुविधा उपलब्ध आहेत, तेव्हा हे कितीतरी सोपे आहे. माझ्या आईवडिलांच्या काळात ते जे करत होते, ते करणं खूपच अवघड होते. मी क्रिकेटवर पूर्ण लक्ष केंद्रित करावे, या एका भावनेतून त्यांनी मला रोज भेटण्याचं जे व्रत घेतले होते, त्यासाठी त्यांनी काय काय केलं नसेल!

या लेखासोबत कोलकाता येथील सुमन चट्टोपाध्याय यांनी काढलेले जे छायाचित्र आहे, ते माझ्यासाठी अनमोल आहे. माझ्या आईच्या मांडीवर डोके ठेवून पहुडलेला आणि वडिलांच्या सोबत असलेला मी... हे चित्र मला खूप आनंद देऊन जाते.

आईवडिलांच्या प्रेमाची ऊब, त्यांचा खंबीर आधार असल्याची संरक्षक भावना मी जेव्हा लांबच्या क्रिकेट दौऱ्याला जात असे, तेव्हा सोबत असे... मनाला शांतवत असे, त्यामुळे हे छायाचित्र माझ्या प्रत्येक क्रिकेट दौऱ्याच्या वेळी माझ्यासोबत असायचे.

आजही माझी आई देवाकडे आमच्या आनंदासाठी प्रार्थना करते. माझ्या ध्येयासाठी मला अनेक दिवस माझ्या कुटुंबापासून लांब राहावे लागते; पण आता क्रिकेटमधून निवृत्त झाल्यानंतर मला कुटुंबासमवेत वेळ घालवायला आणि विशेषतः आईला वेळ द्यायला खूप आवडते.

शब्दांकन : सुनंदन लेले

माझी प्रिय मैत्रीण

सोनाली कुलकर्णी, अभिनेत्री

मी कोणत्याही नात्याकडे अलंकारिक पद्धतीनं पाहात नाही. प्रत्येकाचं आईशी असणारं नातं हे जगातल्या सर्व नात्यांपेक्षा खूप वेगळं असतं. माझ्या आयुष्यात इतकी सुंदर व्यक्ती दिल्याबद्दल मी ईश्वराची नक्कीच आभारी आहे. आम्हा दोघींमधले बंध इतर कोणत्याच नात्याशी तुलना न होऊ शकणारे आहेत. माझ्या आईचं माहेरचं नाव शकुंतला नाईक आणि सासरचं सुचिता कुलकर्णी. लहानपणी तिचं जावळ खूप छान होतं, त्यामुळं आजोबांनी तिचं नाव शकुंतला ठेवलं होतं. नंतरही तिचे केस खूप लांब आणि सुंदर होते. ती सर्वांत धाकटी. तिला पाच बहिणी आणि दोन भाऊ होते. चुलत आणि मामे भाऊ यांचा विचार केला तर बहुतेक अर्धशतक पार होईल. तिचं बालपण महाराष्ट्र-कर्नाटक सीमेवर निपाणीजवळ गळतगा नावाच्या गावी गेलं. पुढं धारवाड, गुलबर्गा आणि कोल्हापूर इथं तिचं शिक्षण झालं. लग्नानंतर ती पुण्यात स्थायिक झाली.

सुरवातीपासूनच आई माझी सर्वांत जवळची मैत्रीण आहे. जगण्याच्या ओघात सहजपणे आईनं माझ्यावर खूप सुंदर संस्कार केले आहेत. मूल्यं दिली आहेत.

तिच्या जगण्याची शिस्त मी अत्यंत जवळून अनुभवली आहे. आम्हा दोघींच्या या नात्याबाबत मला नेहमी एक गोष्ट वाटते, ती म्हणजे आईचं चरित्र मी खूप छान लिहू शकेन आणि माझं चरित्र लिहायचं झालंच तर ते सर्वांत चांगलं आईच लिहू शकेल.

आईच्या आणि माझ्या नात्यातले सगळे क्षण माझ्यासाठी संस्मरणीय आहेत. अगदी लहानपणी मी आजारी असताना तिनं भरवलेला मऊ भात मला आजही आठवतो. मी बालगटात असताना शाळेत बक्षीस समारंभाला आई-बाबा आले होते. ते दोघे इतके सुंदर दिसत होते की जणू प्रमुख पाहुणेच. त्या वेळी त्यांना पहिल्या रांगेत बसवलं होतं. त्या वेळचा आईचा हसरा चेहरा मला खूप आठवतो. आई शब्दांतून फार व्यक्त व्हायची नाही; पण चेहऱ्यावरील हावभावातून तिच्या मनातलं सगळं कळायचं. आत्ताच्या पिढीला प्रत्येक भावना बोलून दाखवावी लागते. माझ्या मुलीकडे पाहून मी नुसती हसत नाही; तर वा, छान, व्हेरी गुड, फँटास्टिक असं काहीतरी म्हणते. माझ्या आईची पिढी ही चेहऱ्यावरील भावनांना मानणारी होती. त्यासाठी अधोरेखित करून शब्दांमधून व्यक्त करण्याचा मोह नसायचा त्या पिढीमध्ये. माझी आई त्यासाठीचं ठळक उदाहरण आहे, त्यामुळेच शब्दांपेक्षा तिच्या चेहऱ्यावरील भावच मला अधिक आठवतात. तिची आई गेल्याची तार आली तेव्हाचा तिचा चेहरा किंवा मी काही चुकीचं वागले असेन तर तेव्हा तिच्या चेहऱ्यावरील भाव किंवा मी खूप चांगली वागल्यानंतर तिच्या चेहऱ्यावर दिसणारं समाधान हे सारं काही मला आजही आठवतं. आज ती ७२ वर्षांची आहे; पण आजही तिचा चेहरा तितकाच बोलका आहे.

आईशी जोडलेल्या आठवणींमध्ये एक महत्त्वाची आठवण असते ती शाळेची. मीही आईचं बोट धरून शाळेत गेले आहे. मला आठवतंय, मी अभिनव विद्यालयात शिशुगटात गेले तेव्हा आमच्या शाळेची इमारत बांधण्याचं काम सुरू होतं. वर्गांच्या भिंतींना गिलावा केलेला नव्हता, भिंतीच्या विटा रचलेल्या होत्या. त्या कच्च्या, गार वर्गात मी बसायचे; पण आई सोडून जाणार म्हणून खूप रडायचे. मी बाहेर येईपर्यंत तू इथंच थांब असा हट्ट करायचे. तिच्याकडून वदवून घ्यायचे. वर्गातल्या भिंतीला एके ठिकाणची वीट लावायची राहिली होती. त्या छिद्रातून आई वाळूच्या ढिगाऱ्यावर बसली आहे का, हे पाहायचे. तिला तिची कामे सोडून शाळेच्या बाहेर बसून राहायला लावायचे. मी पाहतेय हे तिलाही माहीत असायचं. नंतर आमच्या वर्गशिक्षिका मंगल ताईंच्या मांडीवर स्थानापन्न होईपर्यंत आई थांबायची. माझ्या मते, आमच्या किंवा आताच्या पिढीमध्ये हा संयम फार कमी दिसून येतो.

माझ्या आईच्या एका गोष्टीचं मला नेहमीच कौतुक आणि अभिमान वाटत आला आहे. माझ्या बाबांना लहानपणी त्यांच्या वडिलांच्या आत्याला दत्तक दिलं होतं. बाबांची दत्तक आई- आत्ती- बालविधवा होती. ती कर्नाटकात राहायची. लग्नानंतर आत्तींना आणि आणखी दोन विधवा आज्यांना आईनं आमच्याकडे पुण्याला आणलं होतं. त्यांची शुश्रूषा अतिशय मनोभावे तिनं केली. त्यांचे आशीर्वाद आयुष्यभर आईसोबत राहणार आहेत. आम्हा सर्वांचे जन्म, बालपण, संगोपन त्यांना पाहता आलं. ही संधी आईनं त्यांना दिली. तिच्यामुळेच कुठेतरी अंधाऱ्या खोलीत राहणाऱ्या या स्त्रियांचं आयुष्य भावसंपन्न झालं. कारण आयुष्यात राग, लोभ, आनंद या सर्व भावना आपण जगत असतो. त्या व्यक्त झाल्यामुळे आयुष्याचं संतुलन राहतं. अन्यथा, आयुष्य नीरस होऊन जातं. असं आयुष्य त्या तिघींच्याही वाट्याला आलं असतं; पण आईमुळे ते टळलं, याचं मला नेहमीच कौतुक वाटतं. आजच्या काळात घरातल्या मोठ्या माणसांना मनानंही टाकाऊ करून टाकलं जातंय. त्यांच्या औषधपाण्याचा खर्च आणि त्यांची देखभाल करायला तयार नसणारी कितीतरी कुटुंब अवतीभवती दिसतात. ती पाहिली, की आईविषयीचं ऋण मनात दाटून येतं. आईनं अशा कोणत्याच भावनांची तमा बाळगली नाही. तिनं सर्व त्रास सहन करत त्या तिघींच्या आयुष्यासाठी जे योगदान दिलंय ते अमूल्य आहे. याबद्दल वयानं लहान असले तरीही तिला खूप आशीर्वाद द्यावेसे वाटतात. तिच्याकडून हे शिकल्यामुळेच माझ्या क्षेत्रातील ज्येष्ठ कलाकार, तंत्रज्ञ, माझ्या नव्या घरातील ज्येष्ठांबद्दल माझ्या मनात आस्था आणि आदर आहे. हे संस्कार आईचे आहेत.

आई पुण्यात आली तो काळ वेगळा होता. आधुनिकतेचं वारं तेव्हा घोंघावू लागलं होतं. जुनं सगळं झुगारण्याचे ते दिवस होते. आमची मुलं इंग्लिश शाळेत जाणार, नवरा कार घेणार अशी स्वप्न पाहण्याचे दिवस होते; पण त्या काळातही तिनं न कंटाळता, सासरची, आत्तींची सगळी सोवळीओवळी पाळली. सणवार केले. घरच्यांना मान देत रुढी सांभाळल्या. तिला ज्येष्ठांबद्दल खूप आदर होता. माझ्या वडिलांच्या आई-वडिलांनाही तिला सांभाळावं लागलं, त्यामुळे एकाच वेळी ती घरातील स्वयंपाकीण आणि परिचारिका अशा दोन्ही भूमिका निभावत होती. त्याचवेळी आई म्हणून असणाऱ्या जबाबदाऱ्याही ती आनंदानं पार पाडत होती. घरातलं आजारपणाचं वातावरण, मुलांच्या शाळा, कौटुंबिक जबाबदाऱ्या, स्वयंपाक हे सर्व तिनं अत्यंत छान स्मित ठेवून पार पाडलं. हे निभावणं खूप अवघड होतं. कारण त्याकाळी बाबाही पुण्याबाहेर असायचे, त्यामुळे मधली काही वर्षे तिच्यासाठी

अवघड होती; पण या सर्वांमधूनही तिनं आमचं संगोपन अत्यंत आत्मीयतेनं केलं. तिच्यामुळेच मी नृत्य शिकले. जवळपास ११ वर्षे मी माणिक अंबिके यांच्याकडे भरतनाट्यम् शिकायला जात होते. त्या काळात आईनं कुटुंबाला कशी साथ दिली हे आता मोठं झाल्यावर जास्त जाणवतंय.

आमच्याकडच्या स्त्रिया नोकरी करणाऱ्या नव्हत्या; पण आईनं कुटुंबाला मदतीचा हात देण्यासाठी घरी पाळणाघर सुरू केलं. त्यासाठी तिला इतरांचा बराच रोष पत्करावा लागला. पाळणाघरातील मुले सांभाळायची असल्यामुळे तिला अनेक समारंभांना जाता आलं नाही. स्वतःची मुलं मोठी झाल्यावरही पाळणाघरातील मुलांची आजारपणं काढावी लागली. पाळणाघर तिनं बरीच वर्षं चालवलं. मीही त्यामध्ये तिला मदत करायचे. मला लहान भावंडं हवं होतं, ती इच्छा आमच्या पाळणाघरातील मुलांमुळे पूर्ण झाली. आमच्या पाळणाघराचं नाव तिनं 'सोनाली पाळणाघर' ठेवलं होतं. मला अजूनही आठवतंय, की गल्लीच्या कोपऱ्यावर बाबांनी त्या नावाची पाटी बसवली होती. पाळणाघर चालवतानाही ती केवळ नाममात्र फी घ्यायची. आपण कशाला पैसे घ्यायचे असं तिला वाटायचं. आजही ती मुलं आईला भेटायला येतात. त्यातील अनेक मुलं तिला आई म्हणतात. त्या मुलांवरही आईनं मनापासून संस्कार केले होते. जेवताना पानात काही टाकायचे नाही, शुभंकरोती म्हणायची हे सारं तिनं शिकवलं. आयुष्याच्या जडणघडणीच्या काळात ही मूल्यं रुजवणं खूप महत्त्वाचं असतं. ते सारं मी जवळून पाहिलं आहे.

आई खूप शिस्तप्रिय आहे. मलाही तिनं खूप शिस्तीत वाढवलं. ती शिस्त आजही मी विसरलेले नाही. काम अर्धवट ठेवायचं नाही, हे आईचं नेहमीच वाक्य. चहाचंच उदाहरण घ्या ना. मी चहा करायला शिकले तेव्हा तो गाळून झाल्यानंतर गाळण्यातली चहाची पावडर आधी कचऱ्याच्या डब्यात टाकायची आणि मगच चहा प्यायचा, असा आईचा नियम होता, त्यामुळे आजही मी चोथ्याची विल्हेवाट लावल्याशिवाय चहा पीत नाही. त्याचप्रमाणे आपले कपडे आपण धुऊन टाकणं हेही तिनं लहानपणीच आम्हाला शिकवलं. एकटी राहात असताना मला या शिस्तीचा खूप फायदा झाला, त्यामुळेच मला कधीच कामाची, कष्टाची भीती वाटत नाही. आजही मी तासाभरात १५-२० जणांचा स्वयंपाक करु शकते, घरातल्या सगळ्यांचे कपडे इस्त्री करू शकते, बादलीभर कपडे धुवू शकते. श्रमाचं हे महत्त्व आईनं मनावर बिंबवलं.

केवळ शिस्तच नव्हे तर आईचं स्वयंपाककौशल्यही सुंदर आहे. आईच्या हातचे सर्व पदार्थ मला मनापासून आवडतात. तिच्या हातचं पुरण आणि कटाची आमटी मला सर्वांत जास्त आवडते. तिच्यासारखा शिरा मी एकदाही करू शकले नाही. साबुदाणा खिचडी, दडपे पोहे हे पदार्थही आईच्या हातचेच मला आवडतात. कैरीची डाळ आणि पन्हेही ती सुंदर करते. आजही भाजणी, मेतकूट, शिकेकाई या गोष्टी बहुतेकदा आईच मला देते. तिच्या हातच्या खोबऱ्याच्या वड्या माझ्या नवऱ्याला खूप आवडतात. खवा, ड्रायफ्रूट असे काही न घालता पारंपरिक पद्धतीने ती या वड्या करते आणि खास नचिकतेसाठी पाठवते. आणखी एक वैशिष्ट म्हणजे आईनं स्वयंपाक केला आणि तो कमी पडला किंवा उरला असं कधी होत नाही; पण गेल्या दहा वर्षांत मी काहीही बनवलं तरी ती फार चवीनं आणि आवडीनं खाते. माझ्या दडपे पोह्यांचं कौतुक करते तेव्हा मला खूप हसायला येतं आणि वाटतं हे तिनंच तर नाही का शिकवलं मला ! पण ती दिलदारपणे कौतुक करते. तिला सुनांचंही खूप कौतुक आहे. नचिकेतविषयीही तिला खूप प्रेम आहे. सुरुवातीला जावयाच्या घरी राहण्याचा तिला संकोच होता; पण नचिकेतच्या आपुलकीनं तो गळून पडला. रूपाच्या, धनाच्या पलीकडे आपल्या मुलीचं आयुष्य संपन्न करणारा जोडीदार मुलीला मिळाला याचं समाधान आईच्या चेहऱ्यावर मला नेहमी दिसतं. पूर्वी मी एकटी होते तेव्हा परगावाहून घरी यायचे. त्यावेळी माझे कष्ट, दुःख कसं कमी करता येईल, असा प्रश्न आई-बाबांच्या चेहऱ्यावर दिसायचा; पण आता ते निश्चिंत असतात. माझ्या मुलीला घेऊन पुण्याला जाते किंवा ते मुंबईला येतात तेव्हा त्यांच्या चेहऱ्यावर समाधान दिसतं. थोडक्यात, आता आमच्या सर्वांच्याच आयुष्याला सुरळितपणा आला आहे. त्याला दृष्ट लागू नये असं मला वाटतं.

पूर्वी आमच्या घरी पैसे कायमच कमी असायचे; पण आईनं कधी आम्हाला जाणवू दिलं नाही. प्राथमिक गोष्टींची चिंता कधी वाटली नाही. मला आठवतंय, चौथीत असताना विमानानं मुंबईला जाण्याची शाळेची ट्रीप होती; पण दोन दिवस आधी वाढदिवसासाठी मला ७३ रुपयांचा ड्रेस घेतला होता. ट्रीपची नोटीस आली तेव्हा आई-वडिलांनी छोटीशी मीटिंग केलेली मला अजूनही आठवतेय. हॉलचं दार पुढं करून ते बोलत बसले होते. मला जायला मिळणार की नाही याचं खूप टेन्शन आलं होतं; पण त्यांनी इतर खर्चांना कात्री लावून मला पाठवण्याचा निर्णय घेतला. थोडक्यात, आर्थिक परिस्थितीची झळ आईनं कधीच आम्हाला लागू दिली नाही; पण तरीही स्वाभिमानानं जगायला शिकवलं. आमच्याकडे

पैसे नव्हते तेव्हा तिनं डबे केले. चटण्या विकल्या. मीही तिला मदत करायचे. मला तेव्हा कसं तरी वाटायचं. संकोच वाटायचा. याबाबतचा एक प्रसंग मला नेहमी आठवतो. एकदा मी शाळेत लोणी भाकरी आणि चटणी नेली होती. आमच्या वीरकर बाईंना त्याचा वास आला आणि त्यांनी 'एक घास मला देशील का' असं विचारलं. त्यांना चटणी खूप आवडली. त्यांनी आईकडून चटणी आणशील का असं विचारलं. मी पैसे देईन असंही सांगितलं. दुसऱ्या दिवशी आईने भरपूर चटणी दिली; पण त्या तूझ्या वर्गशिक्षिका आहेत, गुरू आहेत. त्यांच्याकडून पैसे घ्यायचे नाहीत, हे बजावलं. आईच्या या भावना आठवताना आजही डोळे पाणावतात.

आर्थिक बाबतीत तिनं आव्हानात्मक काळ पाहिला; पण स्वाभिमानाला स्मरून आणि जनलज्जेचा बाऊ न करता तिनं अविरत कष्ट केले. नंतरच्या काळात घरात सुबत्ता आली तेव्हाही ती कधी फुलपाखरासारखी विहरली नाही. आजही ती साध्या जीवनशैलीत राहते. माझ्याकडे मुंबईला गाडीनं येण्यापेक्षा ती एशियाडनं येते. कशाला पैसे खर्च करायचे? आम्हाला वेळ आहे, असं तिचं आणि बाबांचं म्हणणं असतं.

चित्रपट क्षेत्रात ती सुरवातीपासूनच माझ्यासोबत राहिली. तिच्याच साड्या, ब्लाऊज मी वापरत आले आहे. एकदा ती घरी नव्हती तेव्हा नृत्याच्या कार्यक्रमासाठी तिची साडी, सोन्याचा नेकलेस मी कपाटातून काढून घेऊन गेले होते. आईच्या काळजात धस्स झालं होतं. ती धावत माझ्या कार्यक्रमाच्या ठिकाणी आली, मी ते सगळं घातलेलं पाहून तिला आनंद झाला; पण अत्यंत शांतपणानं तिनं धोकाही समजावून सांगितला.

माझ्या पहिल्या शूटिंगलाही आई-बाबा आले होते. गिरीश कर्नाडांचं नाव ऐकून त्यांना विश्वासार्हता वाटली. चांगली माणसं या क्षेत्रात येतात, हे लक्षात आलं. नंतरच्या काळात माझ्या तमिळ चित्रपटाच्या शूटिंगला ती आली होती. त्यानंतर या क्षेत्रात फक्त गैरफायदा घेणारी माणसंच नसतात आणि आपण सतत तलवार काढूनच हिंडायला पाहिजे असं नसून चांगली, सुसंस्कृत माणसंही या क्षेत्रात आहेत, असा विश्वास तिनं माझ्यात रुजवला.

अमोल पालेकर, जब्बार पटेल यांच्यासारख्यांना माझं काम आवडतं, सुमित्रा मावशी, सुनील सुकथनकर हे सर्व माझ्याबद्दल काय म्हणतात, हे तिच्या लेखी

महत्त्वाचं असतं. मध्यंतरी, माझा मित्र सचिन कुंडलकरला तिनं सांगितलं, की तुझं समाधान होईपर्यंत सोनालीकडून काम करून घे. दिग्दर्शकांना काम पटलं पाहिजे हे तिला आजही महत्त्वाचं वाटतं. हे क्षण मलाही आत्मपरीक्षण करायला लावतात. वाटतं कुठल्या पिळाची माणसं आहेत ही! आपल्या मुलांचं मार्केटिंग करणारे खूप पालक मी पाहिले आहेत; पण त्याचा लवलेश माझ्या आईमध्ये नाही. अभिनेत्रीच पालक म्हणून ते संकोचत नाहीत आणि उर्मटपणानेही वागत नाहीत. असे प्रगल्भ, संवेदनशील आई-वडील लाभले याचा निश्चितच अभिमान वाटतो.

माई नावाचा वटवृक्ष

ममता सपकाळ, सामाजिक कार्यकर्ती

माई. माईविषयी किती सांगावं आणि किती नाही अशी मनाची अवस्था होते. माझ्यासाठी वडील, भाऊ, बहीण असं सर्व काही माईच आहे. तिचा सहवास मला खूप कमी लाभला. कारण माझ्या जन्मापर्यंत आणि जन्मानंतरची काही वर्षं तिचं आयुष्य हे अत्यंत संघर्षमय होतं. तिच्यापाशी छप्पर नव्हतं. रेल्वे प्लॅटफॉर्मवर भीक मागण्यापासून तिच्या या आयुष्याला सुरवात झाली. मी अगदी काही महिन्यांची होते तेव्हा तिनं रस्त्यावरील भिकाऱ्यांसमवेत आश्रय घेतला. पुढं देवळात आसरा शोधला. मी मंदिरातच लहानाची मोठी झाले. सात-आठ वर्षांची होईपर्यंत मी तिथं होते. मग आई मंदिरातून बाहेर पडली. मंदिरातील लोकांनी मला त्यांच्यापाशी ठेवून घेतलं. आईनं भजनाचे कार्यक्रम केले. आकाशवाणीवर गेली. पुढं चिखलदऱ्याला गेली. तिथं स्थानिक लोकांबरोबर राहिली; पण स्वतःचाच काही ठावठिकाणा नसल्यानं मला सगळीकडं नेणं शक्य नव्हतं, त्यामुळे मी तिच्यापासून सतत लांब राहिले.

सहावीत असताना मी पुण्यात आले ते थेट पदव्युत्तर परीक्षेनंतरच वसतिगृहातून बाहेर पडले, त्यामुळे सुमारे १२ वर्षं मी बाहेर राहात होते. त्यानंतर आले ती आईच्या संस्थेमध्येच, त्यामुळे आपलं घर असं माझ्या आयुष्यात आलंच नाही. संस्थेतील मुलांच्या वाट्याला ती जेवढी आली तेवढीच ती माझ्या वाट्याला आली. दिवाळीची सुट्टी, उन्हाळी सुट्टी असायची त्या वेळीही ती कार्यक्रमांना जायची. कुठं ना कुठं नेहमी दौरे असायचे. आजही असतात, त्यामुळे आई आणि मुलगी म्हणून खूप काळ सहवास मिळाला असं झालं नाही. हे माझं दुर्दैव म्हणावं लागेल.

असं असलं तरी माझ्या जडणघडणीच्या काळातील अनंत आठवणी मला नेहमी स्मरतात. माई ही आदर्श आहे. तिनं तिच्या संघर्षातून, जिद्दीतून आणि स्वतःच्या वर्तणुकीतून अनेक आदर्श घालून दिले आहेत. ते मुलगी म्हणून माझ्यासाठीच मोलाचे आहेत असं नाही; तर एक स्त्री म्हणून, माणूस म्हणून प्रत्येकासाठीच ते अनुकरणीय आहेत. माईविषयीची अगदी पहिली आठवण आठवताना एक प्रसंग मला आठवतो. तेव्हा मी दुसरीत असेन. वय सहा-सात वर्षे. तेव्हा एका मैत्रिणीच्या घरी गेले होते. तिथं तिच्या घरच्यांनी माझी विचारपूस केली. त्या वेळी मैत्रीण म्हणाली, तिला बाबा नाहीत. मग त्यावर त्यांची सहानुभूती ऐकायला मिळाली. मुळात, माईनं आम्हाला बाबांविषयी काहीही सांगितलेलं नव्हतं. तसंच बाबांविषयी कुठलीही चर्चाही आम्ही ऐकली नव्हती. त्यामुळे बाबा या संकल्पनेची पाटी कोरीच होती. तिथून घरी आले आणि मग तिला विचारलं, ''मला नेहमी बाबांविषयी प्रश्न विचारला जातो, मी काय उत्तर द्यायचं?'' तेव्हा मी तिला पहिल्यांदा रडताना पाहिलं. ते पाहून मला खूप वाईट वाटलं. आपण काहीतरी चुकीचा प्रश्न विचारल्यामुळे माईला रडू आलं याची खंत वाटली; पण मग ती म्हणाली, ''कोणी विचारलं तर बाबा नाहीत असं सांगू नको. ते आहेत असं सांग.'' पण मला तेव्हाही ते कुठे असतात, काय करतात हे विचारावंसं वाटलं नाही. कारण तिचं रडणंच मला सहन झालं नाही, त्यामुळे तो प्रश्न तेव्हा अनुत्तरितच राहिला.

यानंतरचा आणखी एक प्रसंग मला आठवतो, तो मी सातवीत असतानाचा. तेव्हा मी सेवासदनच्या शाळेत शिकत होते आणि वसतिगृहात राहायला होते. तेव्हा मला भेटायला आली की माई सोमवार पेठेतल्या संत गाडगेबाबा धर्मशाळेत

उतरायची. एकदा सुट्टीचा वार असल्यानं ती मला तिच्यासोबत राहायला घेऊन गेली. त्यावेळी ती तिचं आत्मचरित्र लिहित होती. लिहिलेली पानं ती उशीखाली ठेवायची. मला त्यावेळी ती काय लिहीत असते हे माहीत नव्हतं. एकदा ती गाढ झोपलेली असताना मी ते कागद घेऊन वाचायला सुरवात केली, तेव्हा मला कळलं, की त्यातील व्यक्तिरेखा म्हणजे दुसऱ्या-तिसऱ्या कोणी नसून आम्ही दोघीच आहोत. मग त्यातील दोन प्रकरणं मी वाचून काढली. माझा जन्म, माईचं घराबाहेर पडणं, तिला भेटलेली सरस्वती हे सर्व वाचल्यानंतर मी रडू लागले. माझ्या रडण्यानं माई जागी झाली. ते कागद वाचत असलेलं पाहून ती माझ्या हातातून कागद ओढून घेईल, रागावेल असं वाटलं होतं; परंतु मला काय समजलंय म्हणून मी रडतेय हे तिच्या लक्षात आलं. तिनं मला जवळ घेतलं आणि एवढंच सांगत राहिली की ममता हे घडून गेलं आहे. घडून गेलेल्या गोष्टी पाठीमागं टाकायच्या असतात, त्या उगाळायच्या नसतात, त्यासाठी पुन्हा-पुन्हा अश्रू वाया घालवायचे नसतात. ही गोष्ट आयुष्यभर मी लक्षात ठेवली. घडून गेलेलं मागं टाका, उगाळत बसू नका असं सांगणाऱ्या माईच्या आयुष्यातील अनेक प्रसंगांतून मला खूप काही शिकायला मिळालं आहे.

तिच्या आसपास राहून, निरीक्षण केलं की ती कोणत्या वेळी काय निर्णय घेते, प्रतिक्रिया कशी देते हे मी शिकत गेले. त्यातूनच माझी जडणघडण झाली. नकळतपणानं मीही पुढच्या आयुष्यात किंबहुना आजही एखादा निर्णय घेताना, प्रसंग हाताळताना इथं माई असती तर कशा प्रकारे वागली असती असा प्रश्न स्वतःच स्वतःला विचारत असते. निरीक्षणांमधून आईच्या व्यक्तिमत्त्वाची खोली आणि उंची अधिकाधिक उलगडत गेली.

पुण्यामध्ये माझा पदवीपर्यंतच्या शिक्षणाचा आणि राहण्याचा सर्व खर्च दगडूशेठ हलवाई ट्रस्टनं केला. मला सेवासदनला प्रवेश मिळवून दिला. माझे बारावीपर्यंतचे शिक्षण तिथं झालं. जूनमध्ये शाळा सुरू व्हायच्या. शाळा सुरू होण्याआधी माई एक दिवस यायची. मग आम्ही अप्पा बळवंत चौकात जायचो. नवं कोरं दप्तर, पुस्तकं, वह्या, कंपास आणि वसतिगृहात लागणारं सामान मला ती घेऊन द्यायची; पण वसतिगृहात खोलीपर्यंत सोडवण्यासाठी माई कधीच आली नाही. ती गेटपासूनच निरोप घ्यायची. मध्यंतरी, माझ्या मुलीला -

सानूला- अप्पा बळवंत चौकातून जाताना मी या आठवणी सांगत होते. त्या वेळी मी तिला म्हणाले, की मी असंच सोडून गेले आणि पुढं काही दिवस दिसलेच नाही तर....? सानू कसनुशी झाली. माझ्याही तशाच भावना माई मला सोडून जाताना व्हायच्या. एकदा मी माईला याबाबत विचारलं होतं, ''मला सोडून गेल्यानंतर तुला आठवण यायची नाही का गं?'' कारण माझा दिनक्रम भरगच्च असायचा. मी त्यात रमायची; पण माई काय करत असेल याबाबत मला उत्सुकता होती. त्यावर माईनं सांगितलेलं वाक्य ऐकून माझ्या डोळ्यांत पटकन पाणी आलं. ''ममता, तुझ्या आठवणीनं पुन्हा पान्हा फुटेल की काय अशी अवस्था व्हायची माझी'' असं माईनं सांगितलं आणि मी निरुत्तर झाले.

अशी ही माई. तिच्या मायेच्या, वात्सल्याच्या अशा कितीतरी आठवणी मनात रुंजी घालत असतात. माई शिक्षणाबाबत खूप आग्रही आहे. तिला शिकण्याची खूप इच्छा होती; पण ते शक्य झालं नाही. चौथीपर्यंत आजीच्या विरोधाला डावलून शिकली. पुढं ११ व्या वर्षीच तिचं लग्न झालं, त्यामुळे केवळ मीच नव्हे तर संस्थेतील प्रत्येक मुलानं शिकलं पाहिजे असा तिचा आग्रह असतो. माझ्या शिक्षणाकडे तिचं बारकाईनं लक्ष असायचं. वसतिगृहात राहत असताना ती रेक्टरशी संपर्क ठेवायची. माझी प्रगती कशी आहे याबाबत विचारपूस करायची. काही वावगं वाटलं तर धपाटे घाला असं सांगायची. ममता हूड आहे; पण लक्ष द्या असं सांगायची.

शिक्षणाबरोबरच संस्कारांबाबतही ती खूप आग्रही आहे. थोरामोठ्यांचा सन्मान राखला गेला पाहिजे, त्यांच्याशी अदबीनं बोललं पाहिजे असं ती नेहमी सांगत असते. मोठ्यांशी मोठ्या आवाजात बोललेलं तिला आवडत नाही. याबाबतचा एक प्रसंग आठवतोय. फैजपूरला असताना तिथं एक बाबाजी होते. ते माईला मुलगी मानायचे. तिथं माईनं खोली केली होती. माई आली की भाकरी घेऊन यायचे. एकदा मी खेळता खेळता आले आणि त्यांच्या डोक्यावरची टोपी उडवली. आजोबांना त्याचं काही वाटलं नाही; मात्र माईला ते प्रचंड खुपलं. मोठ्या माणसाच्या टोपीपर्यंत तुझा हात गेलाच कसा, असं म्हणत बाबाजी गेल्यानंतर माईनं उसानं मला फोडून काढलं होतं. आजही मी तो प्रसंग विसरू शकत नाही. माईनं मला वेळच्या वेळी टोकलं. झाडाच्या फांद्या वेळच्या वेळी छाटल्या, की त्या पसरत नाहीत, वरवर जात राहतात. तसंच माझंही झालं. याचं श्रेय अर्थातच माईला आहे.

माईच्या व्यक्तिमत्त्वातला आणखी एक गुण म्हणजे तिची पाककला. तिच्या हातच्या स्वयंपाकाला खूप छान चव होती. माईनं केलेल्या हातावरच्या भाकरीला तर जगात तोड नाही. तवाभर भाकरी करायची. माझ्या हातचं भरीत तिला खूप आवडतं. तिला स्वयंपाकातलं ज्ञान इतकं अफाट आहे, की एखादा पदार्थ खाल्ल्यानंतर त्यात काही चुकलं असेल तर ती बरोबर विचारते. 'तेल गरम होण्याआधीच कांदा टाकलास काय' असे प्रश्न तिच्या या स्वयंपाकज्ञानाची प्रचिती देऊन जातात.

माईला वाचनाचा छंद आहेच; पण तिला संगीतही खूप आवडतं. महंमद रफीची जुनी गाणी फार मन लावून ऐकते. तिला गुलाम अली ऐकताना मी पाहिलं आहे. आता तिला तेवढा निवांतपणा मिळत नाही; पण तरीही तिची आवड मात्र कायम आहे. गाणं कसं ऐकावं, वाचनाचं वेड कसं जोपासावं हे मी तिच्याकडून शिकले आहे. समोर आलेला कोणताही कागद ती वाचल्याशिवाय जाऊ देत नाही. तीच सवय मलाही आहे. पुस्तकाच्या वाचनाचा आनंद कसा घ्यावा हे मी तिच्याकडे पाहून शिकले.

अशा संस्कारांतून जडणघडण झाल्यामुळे मला लग्नानंतर जराही त्रास झाला नाही. लग्नानंतर मला कुटुंब मिळालं. कुटुंबाची चौकट कशी असते ते उमगलं. माझ्यासाठी हा सर्व नवाच अनुभव होता. मी उद्धट नव्हते, माणसांमध्ये वावरलेली होते, त्यामुळे मला कुटुंब सांभाळणं सहज शिकता आले. माझा प्रेमविवाह आहे. सुरवातीला माईचा त्याला विरोध होता; पण कालांतरानं तो मावळला. शेवटी काळ हे सगळ्यावरचं औषध आहे असं म्हणतात ना तेच खरं! आज सर्वच नातेसंबंध उत्तम आहेत; पण मी पहिल्यांदा सांगितलं तेव्हा माईला ते पचायला जड गेलं होतं. पण ती व्यक्तिस्वातंत्र्य मानणारी असल्यानं तिनं मला अडवलं नाही. कोणतंही बंधन घातलं नाही. जे काही करशील ते योग्य की अयोग्य हे तू ठरव कारण त्याचे परिणाम तुलाच सहन करायचे आहेत, हेच तिनं सांगितलं. कारण तिनं घेतलेल्या निर्णयांचे चांगले वाईट परिणाम तिनं स्वीकारले होते. आपल्या निर्णयानं आनंद मिळाला तर उत्तमच; पण नाही मिळाला तर त्यातून तुला खंबीरपणानं उभं राहता आलं पाहिजे. आनंद खेचून आणता आला पाहिजे, हे ती सांगायची. रडणं, कुढणं तिला अजिबात आवडायचं नाही. लहानपणीही भोकाड पसरून रडू लागले की मला धपाटा मिळायचा. 'रडायचं नाही लढायचं' हा मंत्र तिनं स्वतःही आचरणात आणला

आणि माझ्यावरही तेच संस्कार केले.

आज माईचं वय झालं असलं तरी तिच्या कामाचा झपाटा मात्र पूर्वीसारखाच आहे. आजही माईला वेळ नसतो. ती सतत व्यग्र असते. भाषणं, दौरे यानिमित्तानं सतत फिरत असते. अथक प्रवास सुरू असतो. या व्यस्ततेमध्ये आरोग्य जपण्याबाबत मी नेहमी सांगत असते; परंतु तिचा कामाचा झपाटा काही केल्या कमी होत नाही. दोन वर्षांपूर्वी ती आजारी होती. तब्बल २३ दिवस रुग्णालयात भरती करावं लागलं होतं. संपूर्ण शरीरात संसर्ग झाला होता. ती बेशुद्ध होती. आयुष्यभर अविरत राबणाऱ्या माईला तेव्हा मी स्वस्थ पाहात होते. त्या वेळी काळजी वाढत चालली होती; परंतु त्यातूनही ती सुखरूप बाहेर पडली आणि आता पुन्हा दौरे, भाषणे यांचा सिलसिला सुरू झाला आहे.

मला अनेकदा विचारलं जातं की माईंचा कोणती गोष्ट तुम्हाला आवडत नाही. खरं सांगायचं तर तशी एकही नाही. मात्र बरेचदा तिच्या देवभोळेपणाविषयी काळजी वाटते. एखाद्यावर सहज विश्वास टाकणे हा तिचा स्थायी भाव आहे, त्यामुळं तिला सहज कुणीही फसवू शकतं. याबाबतचे अनुभव तिनंही घेतले आहेत. खोटं बोलून तिला फसवलेले मी स्वतः पाहिलेदेखील आहे. त्यावेळी मला खूप त्रास होतो; पण ती मात्र विश्वास टाकून सुखी होते. आपण अविश्वास टाकून अस्वस्थता पदरात घेतो. याबाबतची एक घटना आठवतेय. मागे एकदा एक ५०-५५ वयाची एक व्यक्ती आश्रमामध्ये आली होती. त्याच्या अंगावर मार पडलेला होता. त्यानं आईच्या पायावर पडून सगळी कहाणी सांगितली; मीही कळवळले. माईनं त्याला पदरात घेतलं आणि जेवू घालायला सांगितलं. ती व्यक्ती गेली; पण मी माईपाशीच थांबले. त्या व्यक्तीवर चटकन विश्वास ठेवण्यास मी तयार नव्हते. या व्यक्तीला का मारलंय, कुणी मारलंय, त्यानं काही गडबड केली आहे का, पोलिसांकडे जायला हवं का असे अनेक प्रश्न मनात येत होते. बरेचदा आपण माणुसकीच्या भावनेनं मदत करायला जातो; पण नंतर प्रकरण अंगाशी येतं, त्यामुळे मी विचारात पडले होते. माईनं माझ्या चेहऱ्यावरचे प्रश्न वाचले. ती म्हणाली, ''ममता, या क्षणाला त्याची गरज आहे अन्न. आधी त्याचं पोट भरू दे; मग तू त्याला हवे तेवढे प्रश्न विचार.'' 'आयुष्यातील प्राथमिकता ओळखायला शिका,' ही शिकवण आईनं त्यातून दिली. या क्षणाची गरज ओळखा, पुढचा क्षण तयार असतो; पण हातातून क्षण निसटून

गेला, की काहीच उरत नाही. म्हणून क्षण टिपायला शीक,' हे माईनं शिकवलं आणि ते आयुष्यात खूप महत्त्वाचं आहे. असं कळत-नकळत माई आपल्या कृतीतून खूप काही शिकवून जाते. दारात आलेल्या कोणालाही उपाशी पोटी परत पाठवायचं नाही हा तिचा नियम आहे, त्यामुळेच आजही तिच्या संस्थेत आल्यानंतर दोन घास खाऊन जा असा तिचा मायेचा आग्रह नेहमीच असतो. कदाचित तिच्या आयुष्यात तिला जे उपवास घडले त्यामुळे आलेल्या माणसाला जेवू घालणं हे तिचं स्वभाववैशिष्ट्य बनलं असावं. माझ्या वेळेला कोणी आलं नाही म्हणून मीही तशीच वागेन असा तिचा स्वभाव नाही; उलट मला कुणी नव्हतं म्हणून मी सर्वांना आधार दिला पाहिजे अशी तिची भूमिका असते. आयुष्यात एखादी गोष्ट न मिळणं हे भोग दुसऱ्याच्या वाट्याला येऊ नयेत असा तिचा प्रयत्न असतो. त्यानुसार ती वागते. तिची समाजसेवा कधीच नियोजित नव्हती. गरज असते तसे ती निर्णय घेते आणि घेत गेली. आयुष्यानं जसं तिला पुढं नेलं, परिस्थितीनं तिच्यापुढं जे मांडलं ते तिनं स्वीकारलं आणि त्यातून मार्ग काढत गेली; पण कधीही कुणापुढंही झुकली नाही. टाकलेलं पाऊलं तिनं कधीच मागं घेत नाही. अशी ही माई. सर्वांवर मनापासून प्रेम करणारी माय. माझ्या आयुष्यातलं तिचं स्थान एखाद्या वटवृक्षासारखं आहे. तिच्याशिवाय मी कोणीच नाही.

लहानपणी माई मला मिळाली नाही म्हणून मी आत्ताही माईशी अधिक जवळ आहे. हपापल्यासारखा मी माईचा सहवास मिळवत गेले. लहानपणी अकोला ते पुणे असा प्रवास आम्ही एकत्र करायचो. त्या प्रवासात माझ्या कविता, धडे सर्वच तिला ऐकावे लागायचे. आज मी आजूबाजूला पाहते तेव्हा आई-मुलांच्या नात्यात हा संवाद हरवत चालला आहे की काय असं वाटतं. हे वैचारिक द्वंद्व आहे. आई हवी असणं ही नैसर्गिक ऊर्मी आहे; पण जेव्हा ती मिळत नाही तेव्हा आईवर आरोप केले जातात. अनेकदा ते मुलांच्या बोलण्यातून सहजपणानं जाणवतं. 'तू कुठं मला वेळ देतेस' अशा प्रकारचा प्रश्न मुलं आईला विचारतात; पण आपल्याला आई वेळ देत नाही याचा, अर्थ ती कुठल्यातरी कामात असते आणि शेवटी ते काम आपल्याशीच निगडित असतं. नोकरी-व्यवसाय हे सारं ती घरासाठीच करत असते. हे सारं मुलांपर्यंत पोचायला हवं; पण हा सुसंवादच हल्ली हरवत चालला आहे. माझी मुलगी नेहमी माझ्याबरोबर असते. तिच्याबाबत माईनं एकच सल्ला दिला आहे.

''ममता, तिला कधीही लांब ठेवू नको. शिक्षणासाठीही वसतिगृहात ठेवू नकोस. माझ्याकडं कुणीही नव्हतं, त्यामुळे पोटचा गोळा हाताने लांब ठेवायची वेळ आली. अशी वेळ खरे तर कुणावरही येऊ नये,'' असं ती नेहमी म्हणते. माई माझ्यासोबत वागायची तशीच सानूसोबत वागते. तिचे लाडही काटेकोर असतात. वेळ आली तर रागावते, प्रसंगी जवळही करते; पण तिच्यावरही माईचं तितकंच प्रेम आहे. कारण माई म्हणजे वात्सल्याचा झराच आहे. तिची ममता, मातृत्व अगाध आहे.

लग्न होण्याआधी एका मुलाखतीत मी बोलून गेले होते, की ''मी माईची लेक होते आणि माईची आई होणार आहे.'' माझ्या आजीने माईला कधीच जीव लावला नाही. कायमच तिचा दुस्वास केला, त्यामुळे तिच्या मनातील आई नावाचा कोपरा रिता आहे. कदाचित म्हणूनच माझ्या तोंडून ते वाक्य गेलं. पुढं मी आई झाल्यावर त्या वाक्याचं गहिरेपण उमगलं. आपल्या आईचं ऋण कधीच फेडता येऊ शकणारं नाही हे जाणलं आणि लेकीपेक्षा माईची आई होणं गरजेचं असल्याचं कळून चुकलं. हे आईपण जपण्याचा प्रयत्न मी करत आहे.

हॅट्स ऑफ टू आई!

डॉ. हमीद दाभोलकर, मनोविकार तज्ज्ञ,
सामाजिक कार्यकर्ते - अंधश्रद्धा निर्मूलन समिती

सकाळ प्रकाशनमधून जेव्हा मला पहिल्यांदा आईविषयी लिहिण्यासाठी फोन आला त्या वेळेला मी फारसा विचार न करता त्याला होकार दिला. बाबांच्या (डॉ. नरेंद्र दाभोलकर) आणि माझ्या नात्याविषयी मी पूर्वी लिहिले होते आणि त्यामुळे आईविषयी लिहिणे जमेल आपल्याला, अशी काहीशी माझ्या मनाची धारणा असावी; पण मी जसजसा विचार करू लागलो तसे हे भलतेच अवघड प्रकरण वाटू लागले. 'तुम्ही मला वेगळी जमेस धरत नाही'.. ही आमच्या आईची माझ्या आणि मुक्ताच्या बाबतीत कायमच तक्रार राहिली आहे. आम्ही ती कधीच फारशी गांभीर्याने घेतली नाही; पण आईविषयी विचार करायला मला एकदम तिच्या या म्हणण्यात तथ्य दिसू लागले. आता मी चाळिशीला आलो तरी आईला आपण एक आपलाच भाग असल्याप्रमाणे समजून तिच्याशी वागतो की काय असे वाटायला लागले. स्वत:कडे दूरस्थ

नजरेने बघणे जेवढे अवघड तितकेच किंवा त्याहीपेक्षा अधिक अवघड मला आईकडे असे बघणे वाटू लागले. त्यामध्ये बाबांच्या अशा अनैसर्गिक पद्धतीने आमच्यातून हिरावून नेण्याच्या पार्श्वभूमीवर तर हे सगळे आणखीच अवघड वाटायला लागले; पण सरतेशेवटी मनाची तयारी केली आणि लिहायला बसलो.

आमची कौटुंबिक पार्श्वभूमी ही रुटीन मध्यमवर्गीय कुटुंबापेक्षा थोडी वेगळी असल्याने त्याचा एक खूप मोठा संदर्भ आमच्या घरातील सर्वच नात्यांना वेढून राहिलेला आहे. ही पार्श्वभूमी समजल्याशिवाय पुढे जाणे योग्य होणार नाही. यामुळे सुरुवात करायची तर आई आणि बाबांच्या लग्नापासून करायला हवी. जेव्हा आईला बाबांचे स्थळ सांगून आले त्या वेळच्या दोन गमतीशीर आठवणी आहेत. दाभोलकर कुटुंबातील स्थळ आले आहे, असे समजल्यावर आईच्या एका जवळच्या नातेवाइकाने तिला काळजीपोटी पत्र धाडले होते. ते पत्र अजूनही आईकडे आहे. त्या पत्रात लिहिले आहे, की साताराचे दाभोलकर 'चक्रम' म्हणून प्रसिद्ध आहेत, त्यांच्याशी सोयरिक करताना विचार करावा. दाभोलकर कुटुंबातील बाबा धरून दहाही भावंडे नेहमीच्या मळवाटेपेक्षा स्वत:चा ज्या गोष्टीवर विश्वास आहे अशा रस्त्याने जायचा प्रयत्न करणारी असल्याने असा समज लोकांत होता, अजूनही काही प्रमाणात आहे. आईची अडचण अशी होती, की सामाजिक भान तीव्र असल्याने तिलादेखील तिच्या विचारांना पटणारा जीवनसाथी मिळणे अवघड होते. त्या वेळीदेखील स्त्री-पुरुष समानतेच्या तिच्या संकल्पना अत्यंत स्पष्ट होत्या. त्या कालखंडात म्हणजे १९७० च्या कालखंडात अशा कल्पना मान्य असणारा मुलगा मिळणे तसे सोपे नव्हते, त्यामुळे सामाजिक काम करण्याची ऊर्मी असलेल्या माझ्या बाबांना कदाचित ही तत्त्वे मान्य असतील या विचाराने तिने बाबांना भेटायचे मान्य केले. गमतीची बाब अशी, की बाबा जरी स्त्री-पुरुष समता तत्त्वत: मानणारे असले तरी प्रत्यक्षात पुरुष प्रधान संस्कारातून त्यांची सुटका नव्हती. नुकतीच स्त्रीरोगतज्ज्ञ झालेल्या माझ्या आईला त्यांनी 'तुला सिझेरियन करता येते का,' हा प्रश्न विचारला. आईच्या दृष्टीने तो प्रश्न अगदीच असंवेदनाशील होता. तुम्हाला इंजेक्शन देता येते का, असे तिने बाबांना विचारण्यासारखा! एकूणातच या मुलाशी आपले जमणार नाही असा विचार करून आईने त्यांना नकार दिला. पुढे एक वर्ष गेले, पण त्या दोघांनाही त्यांच्या

अटींवर लग्न करणारे कोणी भेटले नाही. शेवटी ते परत एकमेकांना भेटले आणि त्यांनी लग्न करण्याचा निर्णय घेतला. आई आम्हाला सांगायची, की त्या दोघांनी लग्न करताना जणू एक करारच केला होता. बाबांच्या बाजूने त्यांनी आपण पूर्ण वेळ सामाजिक काम करणार आणि अर्थार्जन करणार नाही; आईने दवाखाना चालवून अर्थार्जन करायचे आणि बाबांनी तिला कधीही हिशेब मागायचा नाही व कामात सहभागी करून घ्यायचे, असे काहीसे ते अलिखित करार होते.

आमच्या संगोपनावर आणि एकूणच कौटुंबिकतेला याची एक पार्श्वभूमी कायम वेढून राहिली आहे. कुठलाही हुंडा, मानपान याशिवाय त्यांचे लग्न पार पडले. लग्नानंतर काही वर्षांत बाबांनी वैद्यकीय व्यवसाय बंद केला आणि पूर्ण वेळ सामाजिक काम सुरू केले. बाबांनी पूर्ण वेळ काम करण्याचा निर्णय घेतल्यावर माझ्या आईचे, आई-वडील(सुधा आजी आणि बापू) आणि माझा मामा (अनिल तेंडोलकर) आमच्याकडे राहायला आले. त्या कालखंडात मुलीकडे राहणे हे समाजाच्या दृष्टीने कमीपणाचे समजले जायचे. माझे आजोबा गुंडोपंत तेंडोलकर हे बेळगाव 'तरुणभारत'चे संपादक होते, स्वातंत्र्य सैनिक होते आणि मामाला बँक ऑफ महाराष्ट्रमध्ये चांगली नोकरी होती. म्हणजे त्यांना आईकडे येऊन राहण्याची काहीही निकड नव्हती. तरी आपला जावई सामाजिक काम करतो आहे आणि आपल्या मुलीला मदत लागेल, या भावनेने ते बेळगावहून साताऱ्याला आले आणि तिथून पुढे कायमचे आमच्याबरोबर राहिले. या सगळ्याचा आमच्या (माझ्या आणि मुक्ताच्या) संगोपनावर मोठा सकारात्मक परिणाम झाला. मोकळेपणाने मदत मागणे आणि मोकळेपणाने मदत देणे हे आईच्या आयुष्यातील एक अत्यंत महत्त्वाचे सूत्र आहे. पत्नीने कमवणे आणि पतीने पूर्ण वेळ सामाजिक काम करणे, माहेरच्या लोकांबरोबर सासरी राहणे हे सगळे त्यावेळी अगदीच वेगळे होते. परिस्थिती कशीही असो, आपले सर्व रिसोर्सेस वापरून त्यावर उत्तर शोधण्याचा प्रयत्न करणे हे आईच्या स्वभावाचे व्यवच्छेदक लक्षण राहिले आहे. 'लोक बँकेमध्ये गुंतवणूक करतात मी नात्यांमध्ये करते,' हा तिचा सुरुवातीपासूनचा फंडा. माहेरच्यांबरोबरच सासरच्या नात्यांमध्येदेखील तिने खूप गुंतवणूक केली. माझी आत्या, लीला दाभोलकर, मोठा चुलतभाऊ प्रसन्न आणि त्याची पत्नी चित्रा अशी आमची एक मोठी आधार यंत्रणा कायम सज्ज असल्यासारखीच असते. हे सारे

जसे त्यांचे मोठेपण आहे, तसे आईने त्यांच्या नात्यांमध्ये केलेली गुंतवणूकदेखील आहे. बाबा, अंनिसच्या कामानिमित्त महिन्यातील साधारण पंचवीस दिवस बाहेर असत. आईचा स्त्रीरोगतज्ज्ञ म्हणून वेळेच्या बाबतीत अत्यंत बेभरवशाचा असलेला व्यवसाय, या पार्श्वभूमीवर तिने नात्यांमध्ये केलेल्या गुंतवणुकीने आम्हाला तारले. मला आणि मुक्ताला अनेक वेळा हा प्रश्न विचारला जातो, की तुमच्या आई-वडिलांनी तुमच्यावर कसे संस्कार केले? आमचे दोघांचे याबाबतीत बऱ्यापैकी एकमत आहे. ते असे, की त्यांनी मुद्दामहून आमच्यावर कोणतेच संस्कार केले नाहीत. आम्हाला जेव्हा गरज होती त्या वेळी ते आमच्या सोबत होते आणि आमचे जेव्हा स्वत:चे स्वत: बरे चालले होते, तेव्हा त्यांनी आम्हाला मोकळे सोडले. मानसशास्त्राचा अभ्यास करताना मला नंतर असे कळले, की Hands on आणि Hands off असे पालकत्वाचे दोन प्रकार असतात. Hands on प्रकारात मुलांना प्रत्येक गोष्ट हाताला धरून शिकवली जाते आणि Hands off प्रकारात मुलांना गरज लागेल तेव्हाच आणि तितकीच मदत केली जाते. माझ्या आणि मुक्ताच्या स्वभावाला आई-बाबांचे (प्रामुख्याने आईचे, कारण बाबा बहुतांश दौऱ्यावरच असत) असे Hands off पद्धतीचे पालकत्व खूपच पोषक ठरले. माझी आई आणि बाबा या दोघांनाही मानसोपचारतज्ज्ञ व्हायचे होते. त्याचा परिणाम म्हणून असेल की काय कोण जाणे, मी मानसोपचारतज्ज्ञ झालो; पण माझ्या अख्ख्या आयुष्यात मी काय करावे हे त्यांनी मला एकदाही मी विचारल्याशिवाय सांगितले नाही.

पूर्णवेळ सामाजिक कार्यकर्त्यांच्या कुटुंबाची अनेक वेळा टोकाची ओढाताण होते; पण आईच्या वैद्यकीय व्यवसायमुळे आमची अशी ओढाताण फार झाली नाही. अडचणी आल्या नाहीत असे नाही, पण फरफट नक्कीच झाली नाही. आमच्या कुटुंबाची आर्थिक जबाबदारी तिने जवळजवळ एकहाती पेलली. पडद्याच्या मागे राहून आपले सर्व काम करणे ही तिची आणखी एक खूपच मोठी खासियत आहे. अंनिसच्या कामामध्ये अगदी सुरुवातीपासून सहभागी असूनदेखील ती कधीही पुढे आली नाही. घराची जबाबदारी आणि कार्यकर्त्यांच्या कुटुंबांना आधार देणे ही कामे ती कुठल्याही परताव्याची अपेक्षा न ठेवता करीत आली. महिलांच्या प्रश्नांचे काम करण्यामध्ये तिला सुरुवातीपासूनच रस होता. स्त्रीरोगतज्ज्ञ असल्याने तिला ती संधीदेखील खूप मिळाली. असंख्य गरजू महिलांना त्यांच्या गरोदरपणात आणि बाळंतपणानंतर तिने

माहेरवाशिणीप्रमाणे मदत केली. स्त्री आणि पुरुष समानतेविषयी ती सातत्याने आग्रही आहे. मी जर घरातील कामाकडे बाहेरचे काम जास्त आहे म्हणून थोडे दुर्लक्ष केले की ती मुग्धाची (माझी पत्नी) बाजू घेऊन माझ्याशी भांडते.

महिलांचे प्रश्न हे पुरुषांच्या व्यसनाशी जवळून निगडित असतात, हे लक्षात आल्यावर तिने व्यसनमुक्तीचे काम सुरू केले. तिच्या पुढाकाराने सुरू झालेली 'परिवर्तन' ही व्यसनमुक्ती संस्था आज जोमाने व्यसनमुक्तीचे काम करीत आहे. स्त्रीरोगतज्ज्ञ म्हणून खासगी दवाखाना चालवत असूनही, हजारो लोकांवर तिने मोफत उपचार केले. जवळजवळ ४५ वर्षे दवाखाना चालवल्यावर आता तीन महिन्यांच्या मागे आमच्या सगळ्यांच्या आग्रहामुळे वयाच्या ७१ व्या वर्षी तिने दवाखाना बंद केला. इतकी वर्षे व्यवसाय करूनदेखील अगदी शेवट-शेवटपर्यंत तिला तिने केलेल्या रास्त कामाचे पैसे मागताना देखील कसे तरी होत असे. अनेक लोकांनी तिच्या या स्वभावाचा गैरफायदा घेतला; पण त्याची तिला काहीही खंत वाटली नाही. मला आणि मुक्ताला थोडे कळू लागल्यानंतर आम्ही तिला याविषयी समजावून सांगण्याचा प्रयात करत असू. तिचे त्याला एकच उत्तर, 'माझा माणसांच्या चांगुलपणावर विश्वास आहे, मला काहीही लागले तर माझी खात्री आहे की मला काहीही कमी पडणार नाही'. आपल्या गरजा मर्यादित ठेवल्या तर आपला व्यवसाय आणि कौटुंबिक जबाबदाऱ्या सांभाळूनदेखील आपण सामाजिक जबाबदारी पार पाडू शकतो हा एक अत्यंत मोठा संस्कार यामधून आमच्यावर नकळत होत गेला.

२० ऑगस्ट २०१३ ला बाबांचा निर्घृण खून झाला आणि आमचे आयुष्य एकदमच उलटे पालटे झाले. त्याही परिस्थितीत सांत्वन करण्यासाठी आलेले तत्कालीन मुख्यमंत्री 'पृथ्वीराज चव्हाण' यांना तिने सांगितले, की तुम्हाला जर डॉ. दाभोलकरांसाठी काही करायचे असेल तर अठरा वर्षे रखडलेला जादूटोणाविरोधी कायदा पास करा. त्यानंतर चार दिवसांनी जादूटोणाविरोधी कायद्याचा अध्यादेश निघाला. गेल्या पावणेचार वर्षांच्या कालखंडात ती खंबीरपणे आमच्या सर्व कार्यकर्त्यांबरोबर उभी राहिली. माझे आणि मुक्ताचे या कामामध्ये उतरणे आणि बाबांचे मारेकरी पकडले जावेत यासाठी प्रयत्न करणे धोक्याचे आहे, या जाणिवेने ती कधी कधी अस्वस्थ होते; पण आता ही लढाई अटळ आहे असे म्हणून परत जोमाने कामाला लागते. तिची आई (माझी आजी ८७ वर्षांची असून अजून शेती

करते) आणि नातवंडे हे तिचे एकदम जिव्हाळ्याचे विषय, सध्या ती आपला बहुतांश वेळ हा त्यांच्यामध्ये घालवते.

आपण लोकांशी इतके चांगले वागून आपल्या वाट्याला हे असे का आले, असा प्रश्न तिला कधीही पडलेला नाही. आपण जाणीवपूर्वक निवडलेला हा रस्ता आहे आणि त्यामध्ये हे धोके आहेत याची कुठेतरी खोलवर जाणीव मला होती, असेच ती म्हणते.' समाज इतक्या टोकाला जाईल' असे मला आणि बाबांना वाटले नव्हते, आमचा अंदाज चुकला, एवढेच तिचे याविषयीचे म्हणणे आहे. आयुष्याच्या या टप्प्यावर थोडा तरी निवांत वेळ बाबांच्या बरोबर घालवता यावा, ही आपली इच्छा आता कधीच पूर्ण होणार नाही याचे आम्हालाच इतके शल्य वाटते, तर तिला किती वाटत असेल याची मी कल्पनाही करू शकत नाही.

कामामध्ये मन रमवणे, परिस्थिती कितीही अवघड असली तरी मैदान न सोडणे आणि माणसातील चांगुलपणावर विश्वास ठेवून आपल्याला आवडते ते करत राहणे या तिच्याकडून आयुष्यभर बघत बघत शिकलेल्या गोष्टीच आम्हाला आता आधार देत असतात.

मायेची ऊब

महेश काळे, शास्त्रीय संगीत गायक

प्रत्येक सजीवाला संवेदना, भावना या आईच देत असते. जगात प्रवेश करताना पहिलं नातं आईसोबतच असतं. साहजिकच जन्मानंतर मनात पहिली भावना उमटते ती आईसोबतच आणि आईकरिताच असते. आपल्या संवेदना, प्रतिमा, आकलन, प्रतिसाद या सर्वच गोष्टींची पहिली प्रेरणा आईच असते. जग कसं पाहावं किंवा कसं असतं हे आईच्या रूपातून पहिल्यांदा दृष्टीस पडतं. लहान बाळांच्या चेहऱ्यावर दिसणारा निरागस भाव म्हणजे आईच्या प्रेमाची निरागसताच असते. अशा जन्मदात्रीविषयीच्या भावना व्यक्त करायला शब्द कसे पुरे पडतील? माझ्यासाठी तर आई सर्वस्व होती. माझ्या सर्व जाणिवांची सुरवात आईपासूनच झाली. लहानपणी मला स्कुटीवर मागं बसवून ती शाळेत सोडायला यायची. थंडीच्या दिवसात मी तिच्या पाठीला एक गाल लावून घट्ट चिटकून बसायचो. माझ्यासाठी ती ऊब असायची. त्यात एक वेगळाच आराम असायचा. आयुष्यातील आईविषयीची ही पहिली आठवण त्या मायेच्या उबेची आहे.

आई गाणारी असल्यामुळे मला तिच्याकडूनच गाण्याची देणगी आणि प्रेरणा मिळाली, त्यामुळे माझं गाण्यावर आईसारखंच आणि आईमुळेच नितांत प्रेम आहे. आई खूप प्रेमळ होती; पण कधीतरी तिला कडकपणाचं सोंग करावं लागायचं. मला ते कळलं की मी अस्वस्थ व्हायचो. लहानपणी मी खूप हट्टी आणि वांड होतो. खेळायला गेलो की घरी परतायचं नावच घ्यायचो नाही. मी नादिष्टही होतो. एखादी गोष्ट करत बसलो की त्यातच रमून जायचो, त्यामुळे बरेचदा आईची ओरडा खावा लागे. असं असलं तरी मला शाळेत चांगले मार्क मिळायचे. अर्थातच, त्यासाठी आईचेच कष्ट कारणीभूत होते. अतिशय काळजीनं ती माझा अभ्यास घ्यायची.

आज माझ्याकडे गाणं शिकण्यासाठी लहान वयातील विद्यार्थी येतात. ते रियाज करत नाहीत, आवाज चोरून गातात, अशी पालकांची तक्रार असते; पण मी नेहमी सांगतो की, 'आऊटपुट'वर लक्ष न देता मूल त्यामध्ये रमतंय का याकडे लक्ष द्या. एकदा त्याला नाद लागला की ते आपसूकच सुधारेल. ही गोष्ट आईमुळेच मला उमगली. शालेय वयात मी बॅडमिंटन खेळायचो, व्हॉलिबॉल खेळायचो. बास्केटबॉल, लंगडी खेळायचो. वादविवाद स्पर्धांमध्ये, फॅन्सी ड्रेस स्पर्धांमध्ये सहभागी व्हायचो. कोणतीही गोष्ट करायची असली की आई मला प्रोत्साहन आणि पाठिंबा द्यायची. चांगली कामगिरी केली की मनमुराद कौतुक करायची. मात्र एखाद्या गोष्टीत माझं मन रमत नाही हे कळल्यावर ती थांबवायची, त्यामुळे माझ्यातील 'सेल्फ एक्सप्लोरेशन'चं खरं श्रेय आईला आहे.

लहानपणी मी सूर्यनमस्काराच्या स्पर्धेत भाग घ्यायचो. त्या वेळी आई माझ्याकडून सर्व तयारी करून घ्यायची. मला लहानपणी खूप आरत्या पाठ होत्या. संस्कृत श्लोक, मनाचे श्लोक यांचंही आई पाठांतर करून घ्यायची. याचा अर्थ काय, हे का म्हणायचं असं मी तिला एकदा विचारलं होतं. त्या वेळी तिनं गणपती अथर्वशीर्षाचं पुस्तक आणलं. त्यामध्ये एका बाजूला संस्कृत श्लोक आणि दुसऱ्या बाजूला अर्थ होते. त्यातून मला अर्थबोध झाला. अशा प्रसंगांमधून माझ्यातील कुतूहलवृत्तीला, शोधवृत्तीला चालना मिळत गेली. भावसंगीतातील अर्थ शोधण्याची प्रवृत्ती माझ्यात आहे, त्याचंही श्रेय आईलाच जातं. आईनं मला स्वातंत्र्य दिलं; पण ते देतानाच समतोल साधायलाही शिकवलं. सायकल शिकताना मुलाला स्वतःचा तोल सावरायला पालक मदत करतात, तशाच प्रकारे आईनं सर्व छंदांतून माझा समतोल शोधायला मदत केली. आई आज नसली तरी आयुष्यभर मला योग्य वाटेवरून पुढं घेऊन जात राहतील असे संस्कार तिनं माझ्यावर करून ठेवले आहेत.

मला स्पर्धांमध्ये रस नव्हता, कारण नुसतं गाणं गाताना जी मजा यायची ती स्पर्धांमध्ये यायची नाही. स्टेजची भीती कधीच नव्हती; पण त्या काळात एखाद्या समोर गाण्याचं प्रदर्शन करायला आवडायचं नाही, तेव्हा आई 'तू घाबरतोस का?' असं विचारून डिवचायची. मग मी खुन्नस घेऊन त्या स्पर्धांमध्ये छान कामगिरी करायचो आणि पहिला क्रमांक मिळवायचो. बक्षीस मिळालं की मला आनंद व्हायचा आणि त्या आनंदातून मिळणारी स्फूर्ती पाहून आई सुखवायची. तिच्या चेहऱ्यावरील आनंदाचं हास्य माझ्यासाठी असायचं. प्रत्येक वेळी बक्षिसं जिंकल्यावर मला ते दिसायचं. आपल्याकडे 'नमो नमः' असं म्हणण्याची पद्धत आहे. तशाच प्रकारे मला मिळालेली प्रत्येक दाद ही मी आजही आई-वडिलांकडे आणि गुरूंकडे परत देतो.

आईची एक आठवण मला नेहमी स्मरते. लहानपणी नुकताच माझा आवाज फुटला होता. तेव्हा आईनं तिच्या तंबोऱ्याला पुरुषांच्या तंबोऱ्याच्या स्वरांच्या तारा चढवून आणल्या होत्या. त्यावर मला रियाज करायला लावायची. त्या वेळी मी दुपारच्या शाळेत जात असल्यामुळं पहाटे उठणं ही शिक्षाच वाटायची. रियाजाला बसलं की झोप यायची. त्या वेळी गॅसवर पाणी गरम करून त्यात टॉवेल बुडवून आई माझ्या डोळ्याखाली टिपत राहायची. एकदा माझी तंद्री लागली की मी दोन-चार तास गायचो. रियाजामध्ये मला स्वतःला विलक्षण आनंद मिळायचा. तो पाहून आईच्या चेहऱ्यावर दिसणारं हास्य शब्दातीत होतं. त्यातून तिला माझ्यात संगीत रुजतंय हे कळायचं. आपले प्रयत्न यशस्वी होताहेत याचा तो आनंद होता. अंतरंगातील आनंद शोधताना मला आनंद होतो याचा आईला झालेला आनंद मलाही मग सुखावून जायचा आणि मी अधिक जोमानं रियाज करायचो. आजही रियाजाला बसल्यावर मला अनेकदा तो प्रसंग आठवतो.

माझ्या गाण्यासाठी, अभ्यासासाठी सदैव सोबत राहणारी आई माझ्या भुकेचीही खूप काळजी घ्यायची. मुळातच ती सुगरण होती. आम्ही सतत मैदानी खेळ खेळायचो, त्यामुळे भूकही खूप लागायची. खेळून घरी आल्यानंतर आई अगदी गरमागरम पोळ्या वाढायची. प्रेमानं खाऊ घालणं, आदरातिथ्य करणं हा तिचा स्थायीभावच होता. सुगरण असण्याबरोबरच ती अन्नपूर्णाही होती. आमचं एकत्र कुटुंब होतं. पाहुणेरावळे भरपूर असायचे; पण एखादा पाहुणा कधीही आला तरी ती आनंदानं त्यांना खाऊ घालायची. दारात आलेली व्यक्ती कधीच विन्मुख गेलेली तिला आवडायचं नाही. त्यामुळे वडिलांनाही चिंता नसायची. आईच्या हातच्या पदार्थांची चव आजही जिभेवर रेंगाळत राहते. सर्व प्रकारचे पदार्थ ती करायची.

उन्हाळ्यामध्ये रसनाची कुल्फी, आमरस, लाह्या, कडबू हे पदार्थ आज पाहायला मिळत नाहीत; पण त्यांच्या आठवणींशी आई जोडलेली आहे. माझ्या मते, आई आपल्याला एक काळ दाखवत असते. मागे वळून तो काळ पाहतो तेव्हा आपली नाळ कुठे जोडली गेली आहे, हे ती सांगत असते. त्यातून ती आपले पाय जमिनीवर घट्ट रोवून उभे राहण्यासाठी मदत करते.

माझ्या गाण्याच्या शिक्षणामागे आईची भूमिका महत्त्वाची होती. गुरुकुल पद्धतीनं संगीत शिक्षणाची वाटचाल सुरू झाली ती आईमुळंच. गुरूंचा शोधही आईनं घेतला. अभिषेकीबुवांचं रेडिओवर लागणारं गाणं मला खूप आवडायचं. ते आमच्याच भागात राहायचे. ते फिरायला यायचे, तेव्हा आई सांगायची की, तू गाणं ऐकलंस ना, ते आज मला चालायला आलेले दिसले होते.' मला खूप कुतूहल वाटायचं. दहावीच्या सुट्टीपासून मी बुवांकडे शिकायला जायला लागलो. मी जितका अभिषेकीबुवांकडे जाऊन शिकायला उत्सुक होतो तितकीच आईदेखील उत्सुक असायची. रोज मला 'काय शिकलास?' असं विचारायची आणि मी तिला गाऊन दाखवायचो. मग त्याच रागातील एखादी बंदीश ती मला सांगायची म्हणजे एका अर्थानं माझं जोडशिक्षण सुरू होतं.

बुवांकडे दररोज सकाळ-संध्याकाळ शिकायला जायचो. शनिवार, रविवार त्यांच्याकडेच राहायचो. बुवा बाहेरगावी दौऱ्यावर जायचे तेव्हा मला सोबत घेऊन जायचे. कॉलेज बुडवून मी जायचो, तेव्हा आई ओरडायची नाही; पण कॉलेजचा अभ्यास भरून काढ, असं मात्र आवर्जून सांगायची. मला संधी उपलब्ध होताना दिसली, तर कधीच तिनं मला थांबवलं नाही. दहावी-बारावीच्या वर्षांमध्येही तिनं कधी गायनाचा क्लास बंद केला नाही. दोन-चार तास अभ्यास केला की गायला बस, असं सांगायची. मलाही मग खूप ताजंतवानं वाटायचं. अभ्यासानंतरच्या काळात अभिषेकीबुवा, लतादीदी, आशाताई, सुरेश वाडकर यांची गाणी ऐकायचो. मग पुन्हा अभ्यास करायचो. मास्टर्स करण्यासाठी अमेरिकेत गेलो तेव्हा याचा खूप फायदा झाला.

आईची विद्यार्थीदशा कायम जागृत असायची. मी आणि भाऊ शाळेत असताना घरचं सर्व सांभाळून आईनं संगीतात पदव्युत्तर पदवी मिळवली होती. सतत शिकत राहणं हा गुण तिच्यात उपजतच होता. माझ्यातही तो आला आहे. मलाही सातत्यानं नवनवीन गोष्टी शिकायला आवडतात. ही आवडही आईनंच

माझ्यात निर्माण केली आहे. मला आठवतंय ती पाश्चात्य संगीताविषयीची माहिती शिकत असताना माझ्यावरही त्याचे संस्कार व्हावेत म्हणून तो अभ्यासक्रम मोठ्याने वाचायची. इंग्लिश माध्यमात शिकत असल्याने मला ज्या गोष्टी कळलेल्या असायच्या त्या मी तिला सांगायचो.

पदवी मिळाल्यानंतर मी जाहीर कार्यक्रम करायला लागलो. या कार्यक्रमांमध्ये आई नेहमी समोर असायची. ती माझा आधार होती. बरेचदा एखाद्या गोष्टीची भीती वाटते; म्हणून आधार लागत नाही, पण कुसुमाग्रजांच्या कवितेसारखे 'पाठीवरती हात ठेवून नुसतं 'लढ' म्हणा' अशी काहीशी भावना असते. मला तो पाठीवरचा हात आईचाच लागायचा. कारण त्यात मायेची ऊब आणि आपलेपण होतं. तिला समोर पाहिलं, की मी निश्चिंत व्हायचो. शांत चित्ताने गायचो. आजही मी तल्लीन होऊन गातो. मला श्रोत्यांचे व्यवधान नसतं. त्यांच्याशी बोलतो; पण मी माझ्या विश्वात रमलेला असतो. माझ्या विश्वात जाण्यासाठी मला आईची उपस्थिती हवी असायची. मैफलीमध्ये मी एखादी जागा चांगली घेतली की ती आजूबाजूला पाहायची. प्रेक्षकांची प्रतिक्रिया अजमावायची. टाळ्यांचा कडकडाट पाहून तिला भरून यायचं. आज ती नाही; पण माझ्या कार्यक्रमांमध्ये जेव्हा-जेव्हा प्रेक्षक टाळ्या वाजवतात तेव्हा तो प्रतिसाद तिच्यापर्यंत पोचत असेल आणि तिथं ती आनंदी होत असेल याची खात्री वाटते मला!

मैफलींना उपस्थित असली तरी आईनं कधीच समीक्षा केली नाही. गाण्याचं विश्लेषणही करायची नाही. मात्र गाणं, मैफल उत्कृष्ट होण्यासाठी लागणारं सारं काही ती द्यायची. अगदी माझे कपडे इस्त्री करून ठेवायची, आहाराच्या सूचना द्यायची, गाण्यामध्ये आणि खाण्यात अंतर ठेवायला सांगायची, विश्रांतीचा सल्ला द्यायची. आज प्रत्येक मैफलीपूर्वी तिच्या या गोष्टींची आठवण होते.

मला आठवतंय, एका कार्यक्रमादरम्यान भजन गाताना मी इतका रमून गेलो होतो, की मी कुठं आहे याचं भानच उरलं नव्हतं. जगाचा विसर पडून जणू समाधी लागली होती माझी. ती भंग पावली तेव्हा समोर पाहिलं तर आईच्या डोळ्यांत पाणी आलं होतं. ती फार कौतुक करायची नाही; पण थोडक्या शब्दांत छान बोलायची. माझ्या गाण्याची जमीनभरणी करत असायची. मुळातला आनंद शोधण्याचा कानमंत्र तिनं मला दिला होता, त्यामुळे माझं कुठं चुकतं हे मला कळायचं. हे कळण्याची प्रक्रिया तिनंच शिकवली होती.

गायनाच्याच नव्हे तर व्यावहारिक आयुष्यात जगताना आवश्यक असणाऱ्या अनेक सद्गुणांची, सदाचाराची शिकवण आईनं मला तिच्या संस्कारांतून दिली. आर्थिक बाबींमध्ये प्रामाणिकपणाबाबत आयुष्यभर दक्ष राहण्याची शिकवण दिली. ज्या गोष्टी आपल्याला करता येणार नाहीत त्याबाबत त्रागा करत राहण्यापेक्षा त्यामध्ये आनंद कसा शोधायचा हे आईनं शिकवलं. आम्ही मध्यमवर्गीय कुटुंबातील असलो तरीही ती खूप तार्किक होती. तिची राहणी जरी मध्यमवर्गीयांसारखी असली तरी तिचे विचार उच्च आणि आधुनिक होते. मला आठवतंय, एकदा मी आजारी पडलो होतो तेव्हा डॉक्टरनी प्रोटिनची कमतरता भरून काढण्यासाठी अंडे खाण्याचा सल्ला दिला होता. आमचं संपूर्ण कुटुंब शाकाहारी होतं. मात्र तरीही आई मला घरी अंडं खायला घालायची. आरोग्यासाठी गरज असेल तर मांसाहारास हरकत नाही अशी तिची तर्कशुद्ध भूमिका होती. माझ्यात सामाजिक जाणीव निर्माण व्हावी, चौकसपणा यावा, यासाठीही आईनं खूप परिश्रम घेतले. वेगवेगळे पेपर वाचून दाखवायची. भूगोलाचा एनसायक्लोपीडिया आणून द्यायची. लहानपणी मी रागावलो की जेवायचो नाही, त्यामुळं डोकं दुखायचं. मग ती भरवत सांगायची, ''अन्न तुझ्यावर रागावलं तर काय होईल? त्यामुळे जेवणाशी मैत्री कर तुझं डोकं दुखायचं थांबेल.'' तिच्यात एक क्लिनिकल ॲप्रोच होता पण मायाळू असल्यामुळे तो फार पुस्तकी वाटायचा नाही.

अशी होती आई. ती गेली तेव्हा मी अमेरिकेत होतो. ती आजारी होती. तब्येत बरी नसल्यानं तिला खूप फोन करायचो नाही मी. त्या दिवशी पहाटे दादाचा फोन आला आणि त्यानं सांगितलं. मी लांब असल्यानं घरच्यांनी 'येऊ नको' असं सांगितलं. त्याआधी काही दिवस बाबांच्या आजारपणासाठी येऊन गेलो होतो, त्यामुळे तिचं शेवटचं दर्शनही झालं नाही. दिवसभर रडलो. संध्याकाळी मुलांना गाणं शिकवायला बसलो. कारण शेवटी आई आणि मी यांच्यातील गाणं हाच मजबूत दुवा होता. मुलांना आई गेल्याचं मी कळूही दिलं नाही. कारण संगीत म्हटलं की आई आणि आई म्हटलं की गाणं हे समीकरणच होतं, त्यामुळे आजही गाणं सोबत असतं तेव्हा आई बरोबर असल्याचं मला जाणवत राहतं. त्या दिवशीही मी आईच्या आठवणीतच गात राहिलो आणि आजही गाण्यातून माझी साद तिच्यापर्यंत पोचवत असतो.

आज बदलत्या काळात आई-मुलाचं नातं बदलतं आहे असं बोललं जातं; परंतु या नात्याला कोणताही काळ बदलू शकणार नाही. जोपर्यंत चंद्र-सूर्य आहेत तोपर्यंत ते तसंच राहणार आहे. बदलत्या युगात प्रेम व्यक्त होण्याची पद्धत बदलली

असेल; पण या नात्यातील ओलावा कधीच बदलू शकत नाही. मनुष्यातच नाही तर प्राण्यांमध्येही हे दिसतं. अमेरिकत एका गणपती मंदिरामध्ये मी रियाज करत होतो. तेव्हा एक हरणाचं पाडस माझ्यापाशी आलं. ते निरीक्षण करत होतं. मी हळूच हात पुढं केल्यावर ते पाडस जवळ आलं. ते पाहताच त्याची आई धावतच आली. तीही माझ्याकडे पाहत होती. मी तसाच होतो. थोड्या वेळानं मी त्या पाडसाला काही करणार नाही याची तिला खात्री पटली. मग तिथंच शांत उभी राहिली. त्या पाडसानं मला छान पापी दिली आणि ते आईबरोबर निघून गेलं. असं हे आईचं वात्सल्य. ते निसर्गानं केलेलं आहे. कोणत्याही युगात हे नातं बदलण्याची ताकद नाही.

कृषी संस्कृतीची प्रतिनिधी
– माझी आई

कल्पना दुधाळ, कवयित्री

क्षितिजापर्यंत नजर पोचतेय तिथवर निरखून बघितले तरी पोकळीच पोकळी जाणवते; पण दारातल्या चिंचेखाली बसलेल्या आईकडे नुसती नजर गेली तरी मायेने मन भरून येते. जितक्या आंबट तितक्याच गोड असणाऱ्या चिंचांसारखीच वाटते आई. कष्टमय संसाराचे चटके सोसूनही आमच्या आयुष्यावर सावली धरलेली आई! शब्दमर्यादा असलेल्या एखाद्या लेखात ना कृषी संस्कृती मावेल, ना माझी आई, तरीही हा छोटासा प्रयत्न करते. माझ्या सदतीस वर्षांच्या आयुष्यातील आम्हा मायलेकींचे नाते किंचितसे उलगडता आले तरी या लेखाचे सार्थक झाले असे म्हणेन.

कृषी संस्कृतीचे खडतर जू पेलणाऱ्या असंख्य आयाबायांसारखीच माझी आई. माझ्या लहानपणीची आई आठवताना उंच, काळीसावळी अशी अस्पष्ट आकृती डोळ्यासमोर येते. सतत डोक्यावर कशाचं ना कशाचं ओझं असायचं. त्यामुळे साडीचे काठ नेमके डोक्यावर आडवे फाटलेले असायचे. फाटलेल्यातून आईचे भुरकट केस वर डोकवायचे. कसलीही रंग उडालेली आणि बरीचशी वर गुडघ्यापर्यंत

गोळा झालेली साडी नेसलेली आई मुंग्यांसारखी सतत कामात गढलेली. वस्तीवरच्या इतर बायाही अशाच दिसायच्या. रोज गवत काढायला जाताना आई मला बरोबर न्यायची. ती गवत काढेपर्यंत मी एखाद्या झाडावर चढून उगीच मोठ्यामोठ्याने गाणी-बिणी म्हणायचे. मग येड्यागत करतेस म्हणून आई मला रागवायची आणि उद्यापासून तुला आणणार नाही म्हणायची; पण ती निघाली की मी तिच्यापुढे असायचे. नंतर नंतर मग मीही आईबरोबर गवत काढायला, खुरपायला अशी सगळी कामं करू लागले.

मु. पो. टेंभुर्णी, ता. माढा, जि. सोलापूर हे आईचं सासर आणि माझं माहेर. आमचं घर शेतात. माझी आई आमच्या शेतकरी कुटुंबातली थोरली सून. सारखी कामं उरकणारी आणि कामं तिची परीक्षा पाहणारी. आईचे नाव वत्सला. तिच्या माहेरीही ती थोरली. तिला सर्वजण 'बाई' म्हणत. आमची शेती कोरडवाहू होती तेव्हा ती अण्णांबरोबर (माझे वडील) कॅनॉलवर माती उचलायला जायची. ती गड्यांच्या बरोबरीने कामे करायची म्हणून तिचे आजेसासरे कौतुक करायचे आणि मुकादमाला 'गड्याचा पगार दे,' म्हणायचे; पण तो काही द्यायचा नाही.

रानातली पसाभर माती केसांत घालून केस धुणारी, सगळ्यांची नजर चुकवून थेंबभर गोडेतेल केसांना पुसणारी, खोपटाच्या दाराला लावायला पोतं तरी द्या असं तिच्या माहेरी मागणारी, तिच्यासारख्याच आयाबायांपाशी क्षणभर मन मोकळं करून पुन्हा संसाराच्या चाकोरीतनं चालणारी, सासूशी भांडूनही तिच्यासाठी हौसेनं इरकल लुगडं आणणारी, अवघड विहिरीतून वर काढलेल्या पाण्याच्या घागरी शेजाऱ्यानं पुन्हा विहिरीत ओतून घेतल्यावर त्याला शिव्या-शाप देणारी, माणसांसारखाच जीव परिसराला, गुराढोरांना लावणारी आई तिचं रखरखीत आयुष्य सांगू लागली, की मी उठून जाते आणि डोळे पुसून पुन्हा पुढचं ऐकायला येते. तिच्या कोरड्या आयुष्यातल्या गोष्टींनी मन भरून येतं. दिवस मुक्कामाला नसतात हेच खरं, असं शेवटी सांगायला आई विसरत नाही.

आम्ही चौघं भावंडं. सर्वांत अगोदरचं आईचं बाळ खूप गोरंपान आणि भोपळ्यासारखं बाळसेदार होतं. घरातला पहिला मुलगा म्हणून त्याचं बारसं घातलं आणि नंतर दोन चार दिवसांतच ते बाळ वारलं. मग नंतर बारसं धार्जीण नाही म्हणून घरात आम्हा कुणाचंच बारसं घातलं नाही. तेव्हाच्या फाटक्या रखरखीत दिवसांतही आईनं माझं नाव 'कल्पना' ठेवलं याचं कौतुक वाटतं.

मला आठवतंय, की आमच्या छपराच्या घराबाहेर ओट्यावरच्या चुलीवर आई स्वयंपाक करायची. अगोदर चहा उकळून पातेलं निखाऱ्यावर ठेवायची. दूध पावडरचा चहा उकळला, की जास्तच काळा दिसायचा. वासही कसातरीच यायचा. आम्ही तक्रार केली की गोठ्यातल्या गायीकडे बघून आई भरपूर दुधदुभतं होईल, अशी आम्हाला आशा लावायची. आम्ही भावंडे चहा चपाती खायला तिच्याभोवती बसायचो. एक चपाती भाजली की चार तुकडे चौघांना घ्यायचो. शेतातले मूग असले की सारखी मुगाचीच भाजी असायची. मग आई ती कधी हिरवी मिरची घालून, कधी लाल तिखट घालून तर कधी फक्त तेलमीठ टाकून करायची. आईच्या हातच्या तव्यात खरडलेला ठेचा, पिठले-भाकरी, लापशी, दिवाळीतल्या दामट्या आणि दही असं सगळं लिहितानाही तोंडाला पाणी सुटतंय. दिवस फार चंगळ करण्याचे नव्हते; पण दारिद्र्याची झळ लेकरांना लागू नये म्हणून आई-अण्णा फार कष्ट करायचे. मी शेंडेफळ असल्याने अण्णा माझे लाड करायचे, पण आई कधी तसं बोलून दाखवत नसे. बिच्चारीला सारखी कामं, घरातली, गोठ्यातली, शेतातली ढीगभर कामं...

आमच्या शेतातल्या घरापासून गाव लांब, शाळा लांब, कशाचीच सोय नव्हती म्हणून मोठ्या भावाला आणि बहिणीला शाळेसाठी सात-आठ वर्षे तिच्या माहेरी माळीनगरला ठेवले होते. आम्ही दोघं म्हणजे माझ्यापेक्षा वरच्या वर्गात असलेला माझा भाऊ राजू आणि मी मिळून शाळेत जायचो. सकाळी शाळेसाठी घाई व्हायची तर आई लवकर उठून धुपत्या चुलीवर डबा करून द्यायची. वस्तीवरून गावात शाळेला जायचे अंतर चारेक किलोमीटर होते. रानातल्या पायवाटांनी चालत शाळा गाठायची. उशीर व्हायला नको म्हणून मला लगेच दोन वेण्या घालून हव्या असायच्या. मग ती पिठाचा हात पुसत यायची आणि केस हिसकत वेण्या खूप आवळून घालायची. मग तिचे आणि माझे हमखास भांडण व्हायचे. 'घालायची तर नीट घाल नाहीतर घालू नको, राहू दे,' म्हणून मी आजीकडे गेले की आजी आईला रागवायची. आता माझ्या मुलीच्या वेण्या घालताना हे सगळं आठवतं.

पंधरा ऑगस्ट, सव्वीस जानेवारीला दरवर्षी आम्ही पोरी खूप नटून, गजरे घालून शाळेत जायचो. आई शेवंतीच्या पिवळ्या फुलांचे छान गजरे करून द्यायची; पण आधीच काही दिवसांपासून तिच्या मागे लागावे लागायचे,

'आई देशील ना ग गजरे करून? चार मैत्रिणींना चार आणि मला एक.'

तर ती म्हणायची,

''त्यांचं त्यांना करू दे. तुझ्यापुरता एकच करून देईन.''

''काय गं आई. दे की. मी करते की तुझी कामं.''

म्हणून मग मी शेण काढायचे. पाणी भरायचे. शेंगदाणे कुटून द्यायचे. ती सांगेल ते सर्व करायचे. रोज घाईने केस हिसकत वेण्या घालणारी आई हळुवार वेण्या घालून गजरा घालून द्यायची.

आईने मला सारवायला शिकवले. सगळे तिच्या कलाने घ्यावे लागायचे, म्हणजे पांढऱ्याशुभ्र मातीने अगोदर भिंतींना पोथारा द्यायचा. शेवटी चुलीला. तोही अगोदर बाजूंनी मग शेवटी काळ्या भागावरून फिरवायचा. तो पुन्हा पांढऱ्यावर न्यायचा नाही. शेणाने सारवताना पोथारा आणि सारवण दोन्हींची पांढरी हिरवी रेषा अगदी सरळ आली पाहिजे. कडाकोपऱ्यांनी सारवण रेखीव झालं पाहिजे. शेणात बदाबदा पाणी न ओतता निरपून सारवावे असे तिचे म्हणणे असायचे. तिला कामात टापटीप खूप लागायची आणि मी आगाऊपणे कामे करते म्हणून ती सतत रागवायची. हातातून काही सांड-लवंड झाली तर ती हाताला गळती लागली का, म्हणून मोठ्यानं ओरडायची. त्यामुळे तिचा रागही यायचा; पण आज माझी मुलगी म्हणते, की तू किती चिडचिड करतेस. मी नाही करत तुझी कामे जा! मग मला आई आठवते. मी बऱ्याचदा आईला उलटे बोलायचे. तिचे काही ऐकायचे नाही. रागावली की रुसून बसायचे. मी रडायला लागले की 'तुझी आई मेली का काय' असे आई म्हणायची. मी हट्टीपणा करायचे. जेवायलाही यायचे नाही. मग ती अजून वैतागायची. एकदा घरात मैदा नव्हता आणि मी शंकरपाळ्या कर म्हणून रुसून बसले होते तेव्हा आईने गव्हाच्या पिठाच्या छानपैकी शंकरपाळ्या करून दिल्या होत्या. वर एक रपाटा मारून 'खा नाहीतर ढोसतेच तुझ्या नरड्यात' असा दमही दिला होता.

एकदा मी रुसले म्हणून तिने मारले होते तर त्यावरून आई आणि आजी दोघींचीच खूप वादावादी झाली. मलाच वाईट वाटले. नंतर नंतर माझे रुसणेफुगणे कमी झाले. मी शाळेतून आले की काहीतरी खाऊन कळशी घेऊन हापश्याचे पाणी आणायचे. पळूपळू पाणी आणून रांजण भरून ठेवायचे. ओटा झाडून घ्यायचे. राख केर भरून, घरातल्या चुलीला सरपण मोडून आणून ठेवायचे, बाहेरच्या पाणी तापवायच्या चुलीला खोडक्या आणून ठेवायचे. आई रानातून आली की असे सगळे आवरलेले बघून मला चहा प्यायला बोलवायची, तेव्हा चुलीच्या जाळाच्या उजेडात तिचा उजळलेला चेहरा बघून मन गलबलून यायचे.

असेच आनंदाच्या भरात एकदा मी ठरवले, की आई शेतातून घरी यायच्या अगोदर भाकरी करून ठेवायच्या आणि आई टोपले आण म्हणाली की भाकरींनी भरलेले टोपले दाखवायचे. मग काय काठवट, पीठ, पाणी सगळे घेऊन मी आईसारखे पाटावर बसले. पिठात पाणी घेऊन पीठ मळले. कशीबशी छोटी भाकरी थापली. तुकडे होऊ न देता घाबरत दोन्ही हातांनी उचलून तव्यावर टाकली. तेव्हा लक्षात आले की चूलच पेटवली नाही. मग चूल पेटवायला आधी बारीक काटक्या घातल्या. वर मोठ्या घातल्या. चूल पेटता पेटेना. मग सगळे सरपण बाहेर काढले. पुन्हा बारीक काटक्या घातल्या. फू फू फुंकूनही जाळ काही होईना. तेवढा संयमच नव्हता. शेवटी रडकुंडीला आले. तव्यावरची भाकरी तशीच होती. काठवटीत पिठाचा राडा. सरपण इकडेतिकडे पसरलेले. काय करावे काही सुचत नव्हते. या सगळ्या खेळात बराच उशीर झाला. त्या दिवशी नेमके आई-अण्णा दोघे मिळूनच घरी आले. त्यांना वाटले हिला भूक लागलीय म्हणून भाकरी करतेय. अण्णांनी लगेच आईला एक भाकरी करून दे मग चहा कर म्हणून सांगितले. अण्णा तिथे नसते तर भाकरीऐवजी मी आईचा मारच खाल्ला असता. नंतर मी खूप चांगल्या भाकरी करायला शिकले. अकरावी -बारावीत असताना चांगला स्वयंपाक करता येऊ लागला. त्यातच एक रेसिपी बुक मिळाले. मग तर उत्साहात रोज एकेक नवीन पदार्थ बनवू लागले. आईला किती कौतुक त्याचे! एखाद्या दिवशी काही बनवले नाही की दोघे भाऊ आठवण करून द्यायचे, 'अरे आज उपवास धरायचा का?'

आता मी भाकरी करत असताना माझी मुलगी जेव्हा टम्म फुगलेल्या भाकरीचा पापोडा माझ्यापाशी बसून खाते, तेव्हा मीच आईच्या भाकरीचा पापोडा खातेय असे वाटते. एकदा माझी मुलगी घरी आल्या आल्या भाज्या अगोदर धुऊन मगच कापाव्यात असे तावातावाने मला शिकवू लागली तेव्हा आज ती शाळेत काय शिकली हे कळायला वेगळे सांगावे लागले नाही. कारण विज्ञानात जेव्हा हे शिकवले होते तेव्हा मीपण घरी येऊन माझ्या अडाणी आईला हेच सांगितले होते.

शाळेत काही कार्यक्रम असला की वर्गातल्या मुलींच्या आया यायच्या. माझ्या आईला कधीच सवड नसायची. एकदा मी आईला म्हणाले सगळ्यांच्या आया येणार आहेत. तू येशील का? तर म्हणाली, ''माझ्या मढ्याला मेल्यावरच सवड मिळायची. तोवर कुठे यायचे नाय, जायचे नाय.'' आई तिच्या माहेरातसुद्धा कधी रात्रभर राहिल्याचे मला आठवत नाही. मी खूप अभ्यास करायचे. दर वर्षी पहिला नंबर काढायचे. दहावीला असताना परीक्षा जवळ आली म्हणून येण्याजाण्यात वेळ

जायला नको म्हणून आम्ही मुलींनी गावातल्या एका मैत्रिणीच्या घराशेजारच्या खोलीत राहायचे ठरवले. मी आईला विचारले तर जा म्हणाली. मग तिने भरपूर रवा वगैरे भाजून दिला. शेंगदाण्याची चटणी कुटून दिली. सामान भरताना मला खूप रडू येत होते. मी पहिल्यांदाच घरापासून लांब चालले होते. आईची ओढाताण मला कळू लागली होती आणि तिला कामात मदत करायला मी असणार नव्हते. ती मला स्टोव्ह पेटवायला शिकवत होती. आधी चावी आवळायची. जरा रॉकेल येऊ द्यायचे. मग काडी ओढून लावायची. चावी सैल करून हवा सोडायची. बर्नर गरम होऊ द्यायचा. पुन्हा चावी आवळायची. मग अशी हळूहळू हवा मारायची. माझे तिकडे लक्ष नव्हते. दोन्ही डोळ्यांतून घळाघळा पाणी गळत होते. मी काहीच बोलत नाही हे बघून आईने माझ्याकडे बघितले आणि मी तिला घट्ट आवळून धरले. तीपण खूप रडली. म्हणाली शनिवार, रविवारी येत जा. खरे तर दोनेक महिन्यांचाच प्रश्न होता; पण आईशिवायचे ते दिवस अवघड गेले.

घरात आई आणि आजीचे वारंवार खटके उडायचे. अगदी कशावरूनही. दोघी मग एकमेकींशी बोलत नसायच्या. माझ्या आणि भावाच्या मध्यस्थीनेच कामे व्हायची. आजी ओट्यावरून म्हणायची, ''तुझ्या आईला सांग मी खुरपायला चाललेय. लवकर ये म्हणावं घरचं उरकून.''

त्यावर आई घरातून म्हणायची, ''इथे घरी काय झोपा काढत नाही म्हणावं, बुदबुदा पडतोय घरी बी.''

त्या दोघींनी भांडू नये असे खूप वाटायचे; पण काही दिवस चांगले गेले की पुन्हा वादावादी व्हायची. रानात कामाला आलेल्या बायांवरूनही खटके उडायचे. म्हणजे आजीला वाटायचे की आई बायांबरोबर असली की कामे उरकत नाहीत. ती तसे बोलूनही दाखवायची. मग अण्णांना मध्यस्थी करावी लागायची. आजी हे एक प्रचंड स्वाभिमानी आणि करारी पात्र आहे माझ्या आयुष्यातले. त्यावर 'रक्टं नेसण्याची गोष्ट' अशी माझ्या कवितासंग्रहात कविताही लिहिलीय मी.

दिवाळीला आमच्याकडे तिन्ही मामा, मावश्या यायच्या. आत्या, आत्यांची मुलेबाळे यायची. आईचे नातेवाईक आले की आई खूश व्हायची तर आजीचे आले की आजी खूश; पण दोघीही त्यांच्यामधली कुरबूर कुणाला कळू देत नसत. सणासुदीला नाट लावू नये किंवा चांगल्या कामाला अपशकून नको म्हणून दोघीही झटायच्या. शेजारीपाजारी जाऊन गप्पा मारत बसलेली आई मला क्वचितच दिसली.

आपण भले नि आपले काम भले असे तिचे तत्त्व. माझे धाकटे चुलते आबा. आईने त्यांना धाकट्या भावासारखा जीव लावला. तेही आजपर्यंत वहिनीला विसरलेले नाहीत; पण एकत्र असणारे मधले दीर आणि जावेशी आईचे फारसे पटले नाही. मग ते वेगळे राहिले. माझ्या मोठ्या भावाचे लग्न झाले. आईने सुनेशी जुळवून घेतले. माझ्या बहिणीचे लग्न झाले तेव्हा बहीण दहावीत होती. मी सातवीत होते. घरातले पहिले लग्न म्हणून आईने सगळ्या नातेवाइकांना आहेर, साड्या घेतल्या होत्या. ताईच्या लग्नात सगळे मानपान सांभाळणारी आई किती मायाळू दिसत होती. मंगलाष्टका चालू असताना तुळशीला पाणी घालताना आईचे डोळे घळाघळा वाहत होते. आई आम्हा दोघींच्या सासरच्या माणसांचा आदर ठेवते. जावयांचा नेहमी मान ठेवते. डोक्यावर पदर घेतल्याशिवाय पुढे येत नाही. सगळे रितीरिवाज तिला तिच्या पद्धतीनेच करायचे असतात.

लहानपणी माझ्या हेकट, हट्टीपणामुळे आईशी माझे फार पटत नसायचे. नंतर शाळकरी वयात आमचे नाते घट्ट होऊ लागले. बारावीनंतर माझ्या धाकट्या चुलत्यांनी मला पुण्यात महाविद्यालयीन शिक्षणासाठी आणले. मग तर आई, आजी सगळ्यांच्या आठवणींनी खूप रडू यायचे. सुरवातीला तिथे करमत नव्हते; पण नंतर मैत्रिणी मिळाल्या, ग्रंथालय मिळाले, तरीही दोन-तीन दिवस सुट्टी आली की मी टेंभुर्णी गाठायचे. बी.ए.च्या तिसऱ्या वर्षी लग्न ठरले आणि सन २००० मध्ये झालेही. मग बोरीभडक, ता. दौंड, जि. पुणे इथे शेतकरी कुटुंबात नांदायला आले. मग अजूनच आईची आठवण. नवे दिवस संपतात तोच वर्षभरात म्हणजे फेब्रुवारी २००१ मध्ये माझा भाऊ राजू वारला. कॅनॉलवर मोटार चालू करायला गेला आणि विजेचा धक्का लागून कायमचा सोडून गेला. आमच्या सर्वांच्या आयुष्यातली ही अतिशय दुःखद घटना. तो माझ्यापेक्षा दोन वर्षांनी मोठा होता. आम्ही दोघे खूप भांडायचो. मारामाऱ्या करायचो. खूप जीव लावायचो एकमेकांना. पीकविज्ञान शिकून शेतीत नवनवे प्रयोग करणारा आमचा राजू आता कुठेच नव्हता. थकून भागून आल्यावर आईच्या मांडीवर डोके ठेवून घडीभर का होईना पडल्याशिवाय त्याचा थकवा जात नव्हता. अगदी तेविसाव्या वर्षीही तो असाच होता. आई म्हणायची, 'माझ्या लेकराची पावले नाही बुजली गं या मातीवरची आणि कुणी घात केला माझ्या पोराचा. निरशा दुधाची चरवी अजून शिंक्यावर तशीच आहे रे लेकरा.' सकाळी सकाळी फुटबॉलला अडकलेले चगाळ काढायला राजू कॅनॉलमध्ये उतरला तेव्हा माझ्या मधल्या चुलत्याने पाण्याची मोटार चालू केली आणि काहीतरी फॉल्टमुळे

वीजप्रवाह पाण्यात उतरला. त्यामुळे काहीच करता आले नाही. मोटारीला करंट बसतोय हे त्यांना आधी माहीत होते. तरीही त्यांनी मुद्दाम हा प्रकार घडवून आणला. नंतर तशी कबुलीसुद्धा दिली. अण्णा म्हणाले, ''अजून झंझट नको म्हणून ते प्रकरण चिघळले नाही.'' मग आम्ही चुलत्याशी संबंध तोडून टाकले. आई कडाकडा बोटे मोडून शिव्या द्यायची. मनस्ताप करून घ्यायची. आई, आजी दोघी एकमेकींना समजावयाच्या. राजूने लावलेल्या चिकूच्या बागेतले चिकू आईने कितीतरी वर्षे खाल्ले नाहीत. आजीने तर मरेपर्यंत खाल्ला नाही. भडभडून येते, पोटात आग पडते म्हणायच्या. रडून रडून आईच्या डोळ्यांवर परिणाम झाला. ही अशी खचलेली, सतत विचारात गढलेली निराश आई बघून वाईट वाटायचे. खूप खडतर परिस्थितीतून तिने आम्हाला वाढवले. शिकवले आणि आता असे हातातोंडातले घास हिरावले गेले. आधीच मणक्याचे दुखणे मागे लागले होते आता डोळे, डोळ्यांचे ऑपरेशन झाल्यावर मी भेटायला गेले तर आई गळ्यात पडून रडू लागली. काय झालेय सांगेना. रड रड रडली. डॉक्टरने डोळ्यातून पाणी काढू नका म्हणून सांगितलेय ना आई. बास आता. पुन्हा त्रास होईल. तरी ऐकना. काही लक्षात येईना. मग आईपाशी चार दिवस राहिले. हळूहळू तिचे मन मोकळे करू लागले. तिच्या कलाने घेतले. आईला मागच्या खूप घटना आठवायच्या. विचारांनी डोके गरगरायचे. कुणावरही संशय यायचा. राग यायचा. अस्वस्थ वाटायचे. तिचे कशातच मन रमत नव्हते. मग घरातल्या सर्वांना आईशी व्यवस्थित वागायला, बोलायला सांगितले.

तेवढे पुरेसे नव्हते. आईवर काय उपचार करावेत कळत नव्हते. घरी परत आले तरी डोक्यात फक्त आईचेच विचार. तिला यातून बाहेर काढायची गरज होती. बहिणीला फोनवर सांगितले. दोघींनी रोज आईशी फोनवर का होईना बोलायचे ठरवले. तशात माझ्याकडे येणाऱ्या एका मासिकात डॉ. माधवी वैद्य यांचा पुष्पौषधीविषयी लेख वाचला. माझ्या थोड्याफार लेखनामुळे त्या माझ्या ओळखीच्या होत्या. मी फोनवर त्यांना आईची अवस्था सांगितली. मग त्यांना भेटायला पुण्याला गेले. सगळे सविस्तर बोलून झाले. त्यांनी धीर दिला. मनावर हळुवार फुंकर घालणाऱ्या पुष्पौषधी मला आधार वाटल्या. आईसाठी औषधांच्या डब्या दिल्या. दर महिन्याला येऊन दोन डब्या घेऊन जा म्हणून सांगितले. आईला सर्व व्यवस्थित समजावले. औषधे घ्यायला तयार केले. पोस्टाने डब्या पाठवल्या. तिसऱ्या महिन्यापासून आईला थोडे बरे वाटू लागले. गोळ्या संपल्यात, पाठवून दे म्हणू लागली. कधी मी, कधी बहीण जमेल तसे गोळ्या पाठवत असू. आठेक महिन्यांत आई पहिल्यासारखी झाली.

सहज एकदा आईला विचारले की मामा, मावश्या शाळा शिकलेत. मग तू का गेली नाहीस शाळेत? तर ती माझ्यावरच चिडली. म्हणाली, ''त्यांचा (आईच्या माहेरचा) संसार होता माझ्या उरावर. बारक्यांला सांभाळावं लागायचे. कुठे बघायची होती शाळा?'' म्हणजे आजही आईला शाळा शिकू न शकल्याची खंत वाटत होती. आम्ही भावंडांनी शिकावे असा तिचा आग्रह उगीच नव्हता; पण आम्हीसुद्धा आईला निदान लिहायला वाचायला शिकवू शकलो नाही याचे वाईट वाटते. या वर्षी फेब्रुवारी २०१७ मध्ये टेंभुर्णीतल्या विठ्ठलराव शिंदे कला महाविद्यालयात प्राचार्य डॉ. महेंद्र कदम यांनी भाषा संवर्धन सप्ताहानिमित्त माझी मुलाखत आणि आई-अण्णांचा सत्कार समारंभ ठेवला होता. तेव्हा आई- अण्णा समोर बसले होते. लेकीच्या कवितांविषयी असं कौतुक बघून त्यांचे डोळे सारखे भरून येत होते. त्यांची नजर चुकवून बोलणे अवघड होते. अत्यंत भारावलेल्या वातावरणात तो समारंभ झाला.

मध्य प्रदेशातील भोपाळ येथे बहुभाषिक संमेलनाला जाताना मी अण्णांना बरोबर घेऊन विमानाने गेले. अण्णा पहिल्यांदाच विमानात बसले. अण्णांचे बरोबरीचे जोडीदार, नातवंडे 'कसे वाटले विमानात', असे कुतुहलाने विचारत. आई म्हणाली, की मला नाही 'चल' म्हणाली. ही एक रुखरुख लागली मनाला. पुढे कधी ना कधी मला आईलाही विमानाने न्यायचेय.

मातृदिनाच्या निमित्ताने आईविषयी थोडेसे लिहिता आले. आता ती आजी आहे, मी आई आहे. आम्ही दोघी मायलेकी शेजारी शेजारी उभे राहिलो तर माझी मुलगी मध्ये येऊन उभी राहते आणि सेल्फी घेते. तेव्हा हा फोटो फक्त आमच्या बाह्यरूपाचा नसतो तर अंतरीचे नाते जपण्याचे पिढ्यान्पिढ्याचे भावबंध असतात.

सहेला रे...

यशोदा वाकणकर,
संस्थापक संचालक - संवेदना फाउंडेशन

पहाटे फिरून आल्यावर मला गॅलरीत झाडांबरोबर वेळ घालवायला आवडतो. एकीकडे सूर्योदय होत असतो, त्याचं कोवळं ऊन झाडांवर पडत असतं. झाडं आनंदी दिसतात. झाडांबरोबर असा वेळ घालवताना मला हमखास आठवण येते ती माझ्या आईची! आईलाही असंच बागकाम आवडायचं. ती तिच्या कामात खूप व्यस्त असायची, तरी सकाळचा वेळ ती बागकामासाठी काढायचीच. तिची नेटकी गुलाबाची बाग, खूप वेगवेगळ्या छटांचे तजेलदार गुलाब, कोवळं ऊन, आईच्या हातातला चहाचा मग आणि आईच्या चेहऱ्यावरचा आनंद; हे तिचं रूप मनात खूप कोरलं गेलं.

माझी आई - डॉ. अनिता अवचट. माहेरची सुनंदा सोहोनी. अतिशय निर्भरतेने जगलेली स्त्री. आई फक्त ५४ वर्षे जगली. तिला जाऊनही आता वीस वर्षे झाली, तरीसुद्धा तिनं लावलेली मुक्तांगण व्यसनमुक्ती केंद्राची ज्योत अजूनही अखंड तेवत आहे. तिचे विचार, तिची शिकवण आणि तिच्या आठवणी, यांनी अजूनही आमचं मुक्तांगण व्यापलेलं आहे. मुक्तांगण व्यसनमुक्ती केंद्रातले दहा हजारांहून अधिक

व्यसनमुक्त मित्र तिला अजूनही आई मानतात. मुक्तांगण व्यसनमुक्ती केंद्राची संस्थापक ही जरी आईची मुख्य ओळख असली तरी माझ्यासाठी तिची मुख्य ओळख म्हणजे ती माझी आई होती. मी आणि माझी ताई मुक्ता - आम्हाला जन्म दिलेली सख्खी आई. तेही फक्त जन्म दिलेली नाही तर खूपच सुंदर आईपण दिलेली आई! शब्दांच्या पलीकडची माया, अनेक बाबतीतली शिस्त, तिचं कुटुंबप्रमुख असणं, तिचा हळुवार स्पर्श, तिचं आणि बाबाचं गाढ प्रेम आणि एकमेकांवरचा विश्वास, हे सगळं वर्णनापलीकडचं. इथं जरी मी आईबद्दल लिहीत असले तरी आम्हाला काही आईनं एकटीनं वाढवलं नाही, तर आई-बाबांनी दोघांनी वाढवलं.

माझा बाबा डॉ. अनिल अवचट, हा जरी आज समाजात एक लेखक म्हणून प्रसिद्ध असला तरी माझ्या दृष्टीने तो एक खूप चांगला बाबा, सहृदय आणि सरळ मनाचा माणूस आहे. बाबाच्या भाषेत सांगायचं झालं तर त्या दोघांनी आम्हाला वाढवलं नाहीच, तर आम्ही चौघं छान एकत्र जगलो आणि वाढलो, एकमेकांवर काहीही न लादता आणि एकमेकांच्या मतांचा आदर करत. तरीही आई आणि बाबाची वैशिष्ट्यं सांगायची झाली तर, आई आमची (अलिखित) कुटुंबप्रमुख होती. एक कर्तबगार, कमावती स्त्री होती आणि तिचं असं असणं हे बाबा, मी आणि ताई, आम्ही पुरेपूर आनंदानं मानलेलं होतं. आईनं घराला एक काटेकोर शिस्त लावली होती आणि ती आम्ही तिघंही पाळायचो. उदाहरणार्थ, बाहेरून आल्यावर चपला कुठेही न काढता नीट चपलांच्या स्टॅण्डवर ठेवणं, शाळेतून आल्यावर दप्तर नीट जागेवर ठेवणं, अगदी पहिलीपासून शाळेचा ड्रेस आपला आपण हँगरला लावणं, जेवण झाल्यावर ताट उचलून ठेवणं, इत्यादी. पण अर्थातच या बरोबर ती भरभरून प्रेमसुद्धा करायची!

त्याउलट बाबा म्हणजे मऊ माती. छान अघळपघळ. आमच्याशी लहान होऊन खेळायचा, पुस्तकं वाचून दाखवायचा, त्याचं जेव्हा लिखाण चालू असेल तेव्हा आम्ही जरी खेळत असलो तरी त्याचा तो लिहीत बसायचा. आईमधलं मला सर्वांत काय आवडायचं विचाराल तर मी म्हणेन, तिची आनंदी वृत्ती! सतत प्रसन्न चेहरा. तिच्याकडे बघितल्या बघितल्या प्रसन्न वाटावं, असा चेहरा. तिच्यामधली एक निर्भरतेने जगण्याची इच्छा. तिच्यात सतत असलेला उत्साह! सगळ्यांत महत्त्वाचं म्हणजे तिच्यामुळे आणि अर्थातच बाबामुळेसुद्धा घरात सतत पसरलेलं सकारात्मक आणि आनंदी वातावरण!

आई निमगोऱ्या रंगाची आणि मध्यम उंचीची. तिचे लांब केस असलेले फोटो आहेत; पण मला आठवतात ते तिचे खांद्यापर्यंत रुळलेले मऊ आणि थोडेसेच कुरळे केस. आमच्या लहानपणी आई कॉटनच्या साड्या नेसायची. अगदी स्टार्च आणि इस्त्री केलेल्या व चापून चोपून व्यवस्थित नेसलेल्या साड्या. आईच्या जास्तीत जास्त साड्या या कलकत्ता साड्या होत्या. बाबाच्या चॉइसने घेतलेल्या. कपाळाला आई बोटाने गोल, कोरडं कुंकू लावायची. कानात अगदी छोट्याशा चांदीच्या कुड्या असायच्या. बस्स. बाकी अंगावर एकही दागिना नाही, की काही नट्टापट्टा नाही. मी दहा-बारा वर्षांची झाल्यावर मग आईने खादीचे कुडते आणि पांढरा चुडीदार वापरणं सुरू केलं. त्या कुडत्यांवरही बाबाने काढलेले आणि आईने भरतकाम केलेले मोर असायचे. कुडते वापरू लागल्यावर आईने कुंकू लावणंही सोडून दिलं.

आमचं कुटुंब जरी चौघांचं होतं तरी ते पठडीतलं, ठराविक पद्धतीने चालणारं चौकोनी कुटुंब नव्हतं. आपल्या मूल्यांनुसार, जाणूनबुजून नव्या विचारपद्धतीनुसार वागणारं कुटुंब होतं. अर्थातच, ही गोष्ट आज मला नीट समजते आहे. लहानपणी आई-वडिलांसहित अनेक गोष्टी आपण गृहीतच धरत असतो; पण नाही म्हटलं तरी आमच्या कुटुंबातलं वेगळेपण मला तेव्हाही अधूनमधून जाणवायचं. यात आईनं कमावणं आणि बाबांनी घरी असणं, सत्तर-ऐंशीच्या दशकात बाबाला आम्ही 'ए बाबा' म्हणून हाक मारणं, आम्ही महानगरपालिकेच्या मराठी शाळेत जाणं अशा खूप गोष्टी असायच्या.

आई मेंटल हॉस्पिटलमध्ये डॉक्टर म्हणजेच सायकॅट्रिस्ट असल्यानं आम्ही येरवड्याच्या डॉक्टर्स क्वार्टर्समध्ये राहायचो. येरवडा मेंटल हॉस्पिटलमध्ये काम करायचं, हा आईनं स्वतः घेतलेला निर्णय होता. संध्याकाळच्या वेळी आई नाना पेठेतल्या हमाल पंचायत स्वस्त दवाखान्यात काम करायची. खरं तर, आई बाहेर स्वतःचं क्लिनिक थाटून भरपूर पैसा कमावू शकली असती; पण तसं न करण्याचा निर्णय हा तिचाच होता आणि बाय चॉइस ती येरवड्याच्या मेंटल हॉस्पिटलमध्ये काम करायची. तिथं तिला अगदीच कमी पगार होता; पण त्याचा प्रभाव आमच्या कुटुंबावर कधीच पडलेला आठवत नाही. उलट, आम्ही जे आहे त्यात खूप आनंदी राहिलो. हमाल पंचायत स्वस्त दवाखान्यातसुद्धा आईने वीस वर्षे काम केलं; पण त्यामध्ये तिला वीस वर्षे मिळालेलं मानधन म्हणजे रोजचा जाण्या-येण्याचा खर्च! आमच्या घरी टीव्ही नव्हता, फ्रीज नव्हता आणि फोनसुद्धा नव्हता; पण या कशाही वाचून आमचं काहीच अडलं नाही. आमचं घर म्हणजे कमी पैशात आणि कमीत

कमी गरजांमध्ये एखादं घर किती आनंदी असू शकतं, याचं उत्तम उदाहरण होतं.

पुण्यातल्या मेंटल हॉस्पिटलचा भाग आता खूप गजबजला आहे; पण माझ्या लहानपणी येरवडा म्हणजे अगदी सुनसान. गावाबाहेर. शांत निसर्गात. रस्त्यावर फारशी वाहतूक पण नसायची. मिलिट्रीचे रणगाडे जायचे कधी कधी. तासा-तासाने बस जायची. पूर्वी येरवड्याच्या फक्त दोन-तीनच गोष्टी प्रसिद्ध होत्या - मेंटल हॉस्पिटल, येरवडा जेल आणि देवाची आळंदी. असं गावाबाहेर राहिल्यामुळे आम्ही निसर्गाच्या अगदी आसपास राहिलो आणि विशेष म्हणजे शहरीपणाच्या प्रभावापासून दूर राहून आमचे आम्हीच आई-बाबांबरोबर घडत गेलो.

आई सकाळी नऊच्या सुमारास मेंटल हॉस्पिटलमध्ये जायची आणि दुपारी दोनच्या सुमारास यायची. संध्याकाळी पाचच्या सुमारास आई हमाल पंचायत स्वस्त दवाखान्यात जायची. तेव्हा मात्र बाबा तिला स्कूटरने घेऊन जायचा. आई दुपारी घरी असायची, तो वेळ खास आम्हा मुलींना द्यायची. एरवी ती इतकी बिझी असायची तरी आम्हाला त्याचं वाईट कधीच वाटलं नाही. याचं कारण म्हणजे आईनं आम्हाला जो जो वेळ दिला, तो इतका छान दिला, सदुपयोग करून दिला, की बस्स!

पण आई कमी भेटायची, त्यामुळे ती आली की मी खूप तिच्या अंगाअंगाशी करायचे. अगदी मोठी झाल्यावरसुद्धा! आईला कदाचित त्याचा त्रास होत असेल. तिची तिला स्पेस मिळत नसेल; पण तसं तिनं कधी दाखवलं नाही. उलट आनंदानं मला जवळ घ्यायची. ताईचा स्वभाव याच्या उलट. तिला आई-बाबांना मिठ्या मारायची सवय नव्हती. तिनं कधीच प्रेम हे स्पर्शातून व्यक्त केलं नाही. ती प्रेम नेहमी कृतीतून व्यक्त करायची. आई-बाबा नेहमीच या गोष्टी आम्हा मुलींच्या कलानं घ्यायचे.

एवढी डॉक्टर असूनही, सकाळ-संध्याकाळ बिझी असूनही दुपारच्या वेळी आई बऱ्याचदा शिवणकाम करायची. शिवणकाम आणि भरतकाम तिला खूपच आवडायचं. आमचे सगळे कपडे ती घरीच शिवायची. आईचं शिवण अतिशय सुबक. जराही इकडे तिकडे नाही. हातशिलाई असेल तर प्रत्येक टाका एकसारखा, मोत्यासारखा दिसेल. एखाद्या फ्रॉकची चुणी न् चुणी परफेक्ट असायची. अगदी जीव लावून, प्रेम ओतून, विचारपूर्वक आणि मनापासून केलेलं शिवणकाम. त्यामुळेच आईनं शिवलेले कपडे घालायला आम्हाला मनापासून आवडायचं. ड्रेस शिवून

पूर्ण झाल्यावर तर काय, आम्ही दोघी बहिणी नाचायलाच लागायचो. नुसता फ्रॉक मिळाल्याचा आनंद नाही, तर आईनं ओतप्रोत प्रेमानं शिवलेल्या कपड्यांचा अवर्णनीय आनंद!

ओळखीच्या अनेकांना आई शबनम पिशव्या शिवून द्यायची. बाबाच्या पिशव्याही आईच शिवायची. तेही त्याच्या फर्माईशप्रमाणे. कुठं कसा कप्पा पाहिजे वगैरे. काही कपडे शिवून झाल्यावर आई त्यावर भरतकाम करायची. तेही अतिशय सुरेख! तिचे वेगवेगळे टाके असायचे. आमचं शाळेचं दप्तरसुद्धा आईनंच शिवलेलं होतं आणि त्यावर क्रॉसस्टिचने स्कूलबस भरली होती! मग आई ताईला आणि मला पण शिकवायला लागली भरतकाम. मी पहिलीत असताना हेम टीप घालून शिवलेला रुमाल, त्यावर साखळीच्या टाक्याने भरलेलं फूल, एका रुमालावर उलट्या टिपेचे भरतकाम, हे आईच्या कपाटात अजूनही जपून ठेवलेले आहे, तेव्हापासून मला जी काही भरतकामाची आवड निर्माण झाली ती झालीच.

आई-बाबा नेहमी आम्हा दोघींना पुस्तकं वाचून दाखवायचे. घरची परिस्थिती बेताची होती, तरी त्यांनी पुस्तकं मात्र सतत घेतली आमच्यासाठी. घरात पुस्तकांची कपाटं भरलेली असायची. बाबा आम्हाला मराठी पुस्तकं वाचून दाखवायचा आणि आई इंग्लिश पुस्तकं. लहान मुलांची खूप सारी इंग्लिश पुस्तकं होती घरी. छान छान चित्रं असलेली. गोष्ट सांगता सांगता आई इंग्लिश भाषा शिकवायचीसुद्धा. त्या चित्रांवरून आम्ही त्या गोष्टी आमच्या मनानं वाढवायचो. शिवाय, त्या कथांमधली आपण पात्र आहोत असंही नाटक करायचो. आम्हाला ते अतोनात आवडायचं. आई तिच्या हळुवार आवाजात इतकी सुंदर गोष्ट सांगायची, की ते ऐकत राहावंसं वाटायचं. ताई आणि मी महानगरपालिकेच्या शाळेत शिकलो; पण लहानपणापासून आईनं आवडीनं इंग्लिश शिकवल्यामुळे आम्ही कधी इंग्लिशमध्ये मागं पडलो नाही व मोठेपणीसुद्धा आम्हा दोघींनाही मराठीबरोबरच इंग्लिश साहित्याची आवड लागली.

आईला आणायला कधी कधी आम्ही तिघंही मेंटल हॉस्पिटलमध्ये जायचो. मेंटल हॉस्पिटलमध्ये झेंडावंदनाच्या खांबापाशी आंबटचुका उगवायच्या. त्या तोडून खायला आम्हाला आवडायच्या. तसंच तिथं लाजाळूची झाडं होती, त्याची पानं मिटवायलाही ताईला आणि मला आवडायचं. आपल्याकडे मेंटल हॉस्पिटल म्हटलं की मनात एक बागुलबुवा असतो, पण आम्ही ते लहानपणापासूनच जवळून पाहिल्यामुळे तसं काहीच वाटायचं नाही. 'वेडा', 'मूर्ख',

'महामूर्ख', 'बावळट' हे शब्द आमच्या घरी कधीच वापरले गेले नाहीत. कारण ताईला आणि मला पहिल्यापासून हे छान सांगितलं होतं की एखाद्या माणसाला काही मानसिक आजार असू शकतो आणि तो बरा होऊ शकतो.

मेंटल हॉस्पिटलमध्ये आम्ही आईला आणायला गेलो की तिचे पेशंट्स आमच्याशी चांगलं बोलायचे. आम्ही त्यांना काका, मामा अशा हाका मारायचो. त्यातले काही आम्हाला खेळवायचेसुद्धा. बरे झालेले पेशंट्स आईचे मदतनीस म्हणून काम करायचे. काही डिस्चार्ज मिळालेले पेशंट्स अधूनमधून आवर्जून आईला घरी भेटायला यायचे. हेही जाणवायचं की तिथले पेशंट्स आणि इतर कर्मचारी, इतर डॉक्टर्सपेक्षा आईला खूप मानायचे. कारण आई प्रत्येकाची खूप अगत्यानं विचारपूस करायची आणि मुख्य म्हणजे पेशंट्सनासुद्धा माणूस म्हणून वागवायची.

आईनं मेंटल हॉस्पिटलमध्ये एपिलेप्सी वॉर्ड सुरू केला. मेंटलमधला बेबी वॉर्डसुद्धा आईने सुरू केला. मी खूप लहान असताना त्या विभागाचं उद्घाटन झालं ते अंधुकसं आठवतं. आई ही चाळीस वर्षांपूर्वी असायच्या तशा टिपिकल आयांसारखी नव्हती. तिच्यात हुशारी होती, आत्मविश्वास होता, स्वतःचे स्वतंत्र विचार होते आणि खरंखुरं जे मनापासून करावंसं वाटेल ते करण्याची निर्भरता होती; पण त्या काळी जशा वेगळ्या वाटेने जाणाऱ्या स्त्रिया असायच्या, तशा वाटेनेसुद्धा ती गेली नाही. म्हणजे स्त्रीमुक्ती चळवळ, आडनाव न बदलणे, जरा हटकून वागणे वगैरे तिनं काही केलं नाही. तिचा ती संसार करत राहिली, काम करत राहिली; पण त्यामध्येसुद्धा जास्त गाजावाजा न करता, ती तिच्या शोधलेल्या वाटेनं जात राहिली. स्वतःला कधी तिनं एक स्त्री म्हणून प्रोजेक्ट केलं नाही, तर एक व्यक्ती म्हणून केलं. मी सुरवातीला म्हटल्याप्रमाणे इथे जरी मी आईविषयी लिहीत असले, तरी बाबा कायम तिच्याबरोबर होताच. ते दोघांनी मिळून घेतलेले निर्णय होते.

आई तिच्या कामाबरोबर अनेक उपक्रम करायची. खरं तर आईचं मूळ कामच इतकं भरगच्च असायचं, तरीही तिला उत्साहानं नवीन उपक्रम सुचायचे आणि ती ते सुरू करून नेटाने चालूसुद्धा ठेवायची. तिचा उत्साहाने ओथंबलेला स्वभाव सततच दिसायचा. कुठल्याही उपक्रमाची सुरवात ती ज्याप्रमाणे गरज भासेल त्याप्रमाणे करायची.

पंचवीस-तीस वर्षांपूर्वी आई दर रविवारी पुण्यातल्या निवारा वृद्धाश्रमात जायची.

तिथं राहणाऱ्या आजी-आजोबांशी बोलायला. खरं तर त्या आजी-आजोबांना माहीत नसायचं की एक डॉक्टर बाई, तेही मानसोपचारतज्ज्ञ आपल्याशी बोलायला आली आहे! त्यांना वाटायचं की एक बाई आपल्याशी सहज गप्पा मारायला आली आहे. त्यामुळे ते अधिक मोकळेपणाने बोलायचे आणि त्या आजी-आजोबांना जर कुठली गोळी सुरू करायची असेल तर आई ऑफिसमध्ये त्यांच्या फाइलमध्ये त्याची नोंद करायची. तसंच, आई जीवनज्योत या मतिमंद मुलांच्या शाळेत आणि सेवाग्राम या महिलांच्या संस्थेतसुद्धा एक मानसोपचारतज्ज्ञ म्हणून जायची. असे एक ना अनेक, आईचे कित्येक उपक्रम होते.

वर्षभर मी आतुरतेने वाट पाहायचे ती म्हणजे वाढदिवसाची. कारण आमचे वाढदिवस म्हणजे सणासारखे साजरे केले जायचे. ते पाश्चात्य पद्धतीने कधीच केले नाहीत. मी कधीच केक कापला नाही, की मेणबत्त्या फुंकल्या नाहीत. आमच्या सगळ्या मित्रमैत्रिणींना बोलावून आई-बाबा खूप खेळ घ्यायचे आणि आम्ही खूप मजा करायचो. आई वाढदिवसाचे ड्रेस शिवायची दोघींना आणि माझा वाढदिवस जरी दिवाळीच्या जवळ असला तरी दिवाळीचा ड्रेस आणि वाढदिवसाचा ड्रेस वेगळा. नंतर नंतर तर ताई मी आणि आमच्या मैत्रिणी नाटकं किंवा नाच बसवायचो आणि ते वाढदिवसाला साजरं करायचो.

मला वाढदिवसाचं सर्वांत मोठं आकर्षण असायचं ते आईच्या पत्रांचं. आई गेल्यावर पूर्वी मी यावर लेख लिहिला होता. दरवर्षी आई सुंदर लेटरहेडवर तिच्या सुवाच्च अक्षरात अतिशय हृद्य पत्र लिहायची. त्यात ती या वर्षभरात काय काय झालं, त्यातलं कौतुकास्पद काय, हे अगदी नेटकं लिहायची आणि जरी एखादा नकारात्मक मुद्दा असेल तरी त्याला सकारात्मक बाजू दाखवून ती लिहायची. असं सुंदर पत्र वाचून खूपच सुंदर जायचा वाढदिवस आणि मी मनाशी प्रतिज्ञा करायचे की या वर्षात तर मी खूप चांगली वागणार, म्हणजे आई पुढच्या वर्षी अजून छान पत्र देईल. वाढदिवसाच्या वस्तूरूपी भेटीपेक्षा ही भेट लाखमोलाची असायची. असे पॉझिटिव्ह स्ट्रोक्स, अशा सकारात्मक बाजू आई-बाबांनी आम्हाला सततच दाखवल्या. तरी बरं.. फार फार तर काय होईल... सो व्हॉट.. ही परवलीची वाक्य आणि प्रश्न आमच्या रोजच्याच जीवनशैलीत वापरल्यामुळे आम्ही खूप मजेत वाढू शकलो असं वाटतं. आई मानसोपचारतज्ज्ञ होती, त्याचा उपयोग तिनं आम्हाला वाढवायला किती वेगळ्या तऱ्हेनं केला हे आज विचार करताना लक्षात येतं; पण नुसतं मानसोपचारतज्ज्ञ नाही,

तर तिच्यात एक छान आनंदी आणि निर्भरवृत्ती भरून होती. जगाकडे पाहण्याचा एक सकारात्मक दृष्टिकोन होता, तो तिनं आम्हा सर्वांना भरभरून दिला, वाटला आणि उधळला...

त्यांनी अभ्यासाचा दबावही आमच्यावर कधीच लादला नाही. इतकेच टक्के, तितकेच टक्के मिळाले पाहिजेत असं संभाषण घरी कधीच झालं नाही. उलट बाबा कधी कधी आम्हाला शाळा बुडवायची विनंती करायचा. कधी कधी एकदा तरी नापास होऊन बघा, असं म्हणायचा! ताई खूप अभ्यासू. आईसारखी हुशार. आपणहून अभ्यास करणारी. वर्गात ती पहिली-दुसरी यायची आणि मी बाबासारखी बिनधास्त. अभ्यासाची फारशी पर्वा न करणारी आणि गाणं-चित्र-मित्रमैत्रिणी यात वेळ घालवणारी. गंमत म्हणजे माझे बरेच गुण - दुर्गुण आणि विचार करायची पद्धतसुद्धा बाबासारखी आहे, आणि ताईचे गुण आईसारखे आहेत, हे माझ्या आता लक्षात येतंय. लहानपणी मात्र आम्ही उलटी विभागणी केली होती - की मी आईची आणि ताई-बाबाची. त्यामुळे तू मोठेपणी कोण होणार, या लहानपणी टिपिकल विचारल्या जाणाऱ्या प्रश्नाला मी आईसारखी डॉक्टर असं उत्तर द्यायचे; पण नंतर मला सुरू झालेला एपिलेप्सीचा त्रास, माझी चित्रकलेची आवड, गाण्याची आवड ह्या सगळ्यावरून मी कलाकार व्हायचा विचार करू लागले; पण एक गोष्ट मध्ये कधीतरी खोल मनात रुजली. ती म्हणजे एकदा आई बोलता बोलता म्हणाली होती, की तुम्ही किती मार्क मिळवताय आणि मोठेपणी कोण होताय याहीपेक्षा तुम्ही एक चांगली व्यक्ती होणं जास्त महत्त्वाचं आणि बस्स तेव्हापासून मी मनात ठरवलं, की मी मोठेपणी कुणीही झाले तरी मी एक चांगली व्यक्ती व्हायचा प्रयत्न करणार!

लहानपणी आई-बाबा, ताईला आणि मला कधीतरी - रविवारी वगैरे - थोपटून गाणं म्हणत झोपवायचे. आम्हा दोघींना ते खूप आवडायचं. मी हे आम्ही बाळ असतानाचं बोलत नाहीये, तर व्यवस्थित शाळेत असताना आणि कॉलेजमध्ये असतानासुद्धा. खरं तर आमची लग्न होईपर्यंत म्हणायला हवं. असं झोपवणं आमचं महिन्यातून एकदा तरी असायचंच. जेव्हा बाबा झोपवायचा तेव्हा त्याची ठरावीक गाणी असायची. भोंडल्यातलं 'अक्कणमाती चिक्कणमाती', 'धनगरराजा वसाड गावाचा', 'बरं का गं मुक्ता'(हे बहुदा त्यानेच रचलं असावं); अशी अनेक गाणी तो त्याच्या अगदी अति खर्जातल्या सुंदर सुरात गायचा. आईची गाणी म्हणजे 'बाळा जो जो रे', 'लिंबोणीच्या झाडामागे', 'आकाश पांघरोनी', 'जा एकटीच तू गे' वगैरे! आईचा आवाजही सुंदर होता. तो आवाज काळी पाचचा भावगीतांचा. त्यातही

आई आणि बाबा मला थोपटताना माझ्या पसंतीची गाणी आणि ताईला थोपटताना तिच्या पसंतीची गाणी म्हणायचे. दोघांचं थोपटणंही निराळं. हळुवार स्पर्श. सारं काही हवंहवंसं.

आम्ही कॉलेजमध्ये गेल्यावर तर आमची विश्वं बदलत होती, आम्ही आमचे निर्णय घेऊ लागलो होतो. कधी तर आई-बाबांच्या मनाविरुद्धसुद्धा; पण त्या थोपटण्यात कधी खंड पडला नाही. अशा वेळीसुद्धा रविवारी आई थोपटून निजवायला आली की कधी कधी डोळ्यांतून पाणी वाहू लागायचं. त्या हळुवार थोपटण्यामुळे मतभेदांचा क्षणात निचरा व्हायचा. मी उशीवरचं डोकं काढून आईच्या मांडीवर ठेवायचे आणि तशीच झोपून जायचे. नंतर आईला कॅन्सर झाला होता, तेव्हा आम्ही तिला गाणं म्हणून निजवायचो. एक दिवस तर मला दिवसभर एपिलेप्सीचा त्रास होत होता, तेव्हा कॅन्सरमुळे क्षीण झालेल्या आवाजात आईनं गाणं म्हणून झोपवल्याचं स्मरतं! आजकाल कधी कधी माहेरी गेल्यावर मी माझ्या ७२ वर्षांच्या बाबाला पांघरूण घालून, थोपटत ही गाणी म्हणत निजवते तेव्हा या आठवणी झरझर जाग्या होतात!

आईचं माहेर ठाण्याचं. चार मामा. एक पार्ल्याला आणि तीन ठाण्याला. आई त्यांची एकुलती एक बहीण. सर्वांची लाडकी. आईची लोकप्रियता ही सोहोनी कुटुंबात सर्व पिढ्यांमध्ये होती. कारण आई आमचे आजी-आजोबा, मामा-मामी, मामे भावंडं आणि त्यांचीही मुलं, या सर्वांमध्ये छान मिसळून जायची. अवचट कुटुंबामध्येही आई लोकप्रिय होती. ओतूरचे अवचट आजी-आजोबा, सर्व काका-काकू, चुलत-आते भावंडं, या सगळ्यांनाच आई हवीशी असायची आणि मुख्य म्हणजे यामधील प्रत्येकाबरोबर तिचं वेगळं सूत असायचं.

आम्ही येरवड्याचं घर सोडून पत्रकार नगरला राहायला आलो आणि एकदम सगळं बदलूनच गेलं. शांत गावाबाहेरच्या घरातून एकदम शहरात; पण ते शहरी जीवनही सगळं हवंहवंसं होतं. नवीन मित्रमैत्रिणी, नवीन मोठी शाळा वगैरे; पण सगळ्यांत मोठा पडलेला फरक म्हणजे नवीन घरी राहायला आल्यावर सात-आठ महिनेच झाले होते, तेव्हा मला एपिलेप्सीचा त्रास सुरू झाला. फिट्स येणे सुरू झाले. घरात आलेला पहिला मोठा आजार. तसा सगळ्यांसाठी तो धक्काच; पण कुणी तसं वरून दाखवलं नाही. माझ्यावर तशी खेळणं, सायकल चालवणं, पोहणं अशा गोष्टींवर बंधनं आली; पण आईनं मला ते बंधनांसारखं भासू दिलं नाही. उलट

मी काय काय करू शकते ते दाखवलं आणि त्यासाठी प्रोत्साहन दिलं. एपिलेप्सी असूनही माझी शाळा, अभ्यास, गाणं, अनेक छंद हे सगळं नॉर्मल चालू ठेवलं. बाबा आणि ताईसुद्धा माझी खूप काळजी घ्यायचे. मला एपिलेप्सीचा झटका येऊन गेला तरी जसं काहीच झालं नाही असं हलकं फुलकं वातावरण ठेवायचे. मला एपिलेप्सीचा त्रास सुरू झाल्यावर खरं तर आमच्या कुटुंबाचं वेगळेपण पणाला लागलं आणि आम्ही त्यातून तारून निघालो. आईचं सायकॅट्रिस्ट असणं तिच्या रोजच्या वागण्यात प्रत्यक्ष दिसायचं नाही; पण आज विचार करताना जाणवतं, की तिनं अनेक गोष्टी जाणीवपूर्वक केल्या. विशेषतः मला एपिलेप्सीचा त्रास सुरू झाल्यावर जी तिनं सकारात्मक ऊर्जा दिली किंवा घरातलं वातावरण छान ठेवलं, त्यात ते खूप आलं!

१९८४-८५ च्या सुमारास बाबानं महाराष्ट्र टाइम्समध्ये एक गर्दच्या व्यसनाविषयी एक लेखमाला लिहिली होती. ती लेखमाला लिहिण्याचं कारण असं झालं होतं, की आईच्या एका मैत्रिणीच्या मुलाला अचानक गर्दचं व्यसन लागलं होतं आणि कुटुंबावर आकाश कोसळलं होतं. तेव्हा पुण्यात व्यसनमुक्ती हा शब्दसुद्धा अस्तित्वात नव्हता; पण आईने धीरानं त्या मुलावर त्यांच्या घरीच उपचार केले व त्याला बरं केलं. तेव्हा बाबाला या विषयावर कुतूहल वाटू लागलं, म्हणून त्यानं त्याविषयी पाहणी सुरू केली. मानसोपचारतज्ज्ञ डॉ. आनंद नाडकर्णी हे मुंबईच्या केईएम हॉस्पिटलमध्ये व्यसनी व्यक्तींना ट्रीट करत होते, त्याची बाबानं पाहणी केली व त्यानंतरच महाराष्ट्र टाइम्समध्ये व्यसनाविषयी एक लेखमाला लिहिली. ती गाजलेली लेखमाला वाचून पु. ल. देशपांडे आणि सुनीता देशपांडे हे अस्वस्थ झाले, त्यांनी आई-बाबांना बोलावून घेतले आणि बऱ्याच चर्चेअंती पु. लं. आणि सुनीताबाईंनी आई-बाबांना एक मोठी देणगी दिली व आईच्या हिमतीवरच मुक्तांगण व्यसनमुक्ती केंद्राचा जन्म झाला.

हे सगळं मी एका परिच्छेदात लिहिलं असलं तरी यामागे खूप सारा इतिहास आहे, आई-बाबांचे श्रम आहेत. मुक्तांगण सुरू झाल्यावर सगळंच पालटून गेलं. आईमध्ये एक वेगळाच उत्साह आला. चैतन्य आलं. त्या वेळच्या सगळ्या सरकारी आणि आर्थिक कामांची जबाबदारी बाबानं घेतली व बरीच खटपट करून त्यानं ती पूर्णही केली.

पण, घरातल्या वातावरणात जमीन -अस्मानाचा फरक पडला तो १९८९ मध्ये आईला कॅन्सर झाला तेव्हा! आईला कॅन्सर झाला, ते आम्हा सर्वांसाठीच अतिशय

धक्कादायक होतं; पण तरीसुद्धा ते सर्वांत धीरानं घेतलं ते आईनंच! तिनं तर धीरानं घेतलंच; पण घरातलं वातावरणही बिघडू दिलं नाही. मुख्य म्हणजे ती म्हणायची, की तरी बरं, कॅन्सर झाला. ॲक्सिडेंटमध्ये गेले असते तर लगेच गेले असते. पण आता जरा विचार करायला तरी वेळ आहे! ती सतत हसतमुख राहत होती. मुक्तांगणच्या कामातही खंड पडू देत नव्हती. उलट, आता ती रविवारीसुद्धा काम करू लागली होती. तिचं आजारपण बघून आमचा जीव तुटत होता. तिच्या वेदना बघून रडू येत होतं. फक्त कुणी दाखवत नव्हतं.

आजारपण सुरू झाल्यावर आईचा स्वभावही बदलत गेला. आधी खूप कडक असलेली आई आता मऊ होऊ लागली. कॅन्सरमुळे तिचा आवाजही सौम्य झाला. आई केमोथेरपीसाठी ॲडमिट असली तरीही मजेत असायची. कितीही वेदना असल्या तरीही मजेत. तेव्हा ती हॉस्पिटलची रूम तर घरच्यासारखीच दिसायची. कोपऱ्यात छान फुलं ठेवलेली असायची. बाबा बासरी वाजवून दाखवायचा, नाहीतर बॅकग्राउंडला बारीक आवाजात किशोरी आमोणकरांचा भूप सुरू असायचा. ताई किंवा मी पुस्तक वाचून दाखवायचो. असे आम्ही घरातले सगळे मिळूनच वातावरण आनंदी ठेवायचो तेव्हा मनात विचार आला, की आईला मृत्यूची छाया असलेला असाध्य कॅन्सर झाला आहे आणि तो परत परत होतो आहे, तरी ती ते किती सकारात्मक पद्धतीनं घेत आहे! त्या मानानं आपला एपिलेप्सीचा आजार काहीच नाही! त्यानंतर मी माझ्या आजाराची काळजी-दुःख सगळं बाजूला ठेवून स्वतःला आईच्या आजारासाठी झोकून दिलं.

आपल्या औषधांशी आपण कशी मैत्री करावी हे आईनं मला लहानपणीच शिकवलं होतं. एपिलेप्सीची औषधं रोज घ्यावी लागायची तेव्हा आई म्हणायची, की औषधांचा द्वेष केला तर त्याचा असर कमी होतो. त्यापेक्षा त्यांना स्वीकारून, त्यांच्याशी मैत्री करून जर ती घेतली तर आपण लवकर बरे होतो. हे वरवर पटलं होतं; पण आईनं केलेली औषधांशी मैत्री जी रोज दिसायची, त्याला तोडच नव्हती! बाबानं तिला एक चांदीची नक्षीदार डबी भेट दिली होती. बाबा रोज सकाळ-संध्याकाळ तिची गोळ्या घ्यायची वेळ झाली की त्या त्या गोळ्या त्या डबीत काढून ठेवायचा. चेहऱ्यावर प्रसन्न भाव असलेली आई, त्या गोळ्या घेण्यापूर्वी म्हणायची, ''या गोळ्या माझ्या मैत्रिणी आहेत; त्या घेऊन मी बरी होणार आहे!'' मला खात्री आहे, तिच्या या हसतमुख राहण्यानं, औषधांवरील प्रेमानं, तिच्या तब्येतीवर नक्कीच चांगला परिणाम झाला असणार! इतकी वर्षे एपिलेप्सीच्या गोळ्या घेणारी

मी यातून खूप काही शिकले. माझ्या गोळ्यांशी मी वैर केलं नव्हतं; पण आईइतकी गाढ मैत्रीसुद्धा केली नव्हती. आईचं पाहून माझी नजर बदलली. माझ्या आजाराकडे आणि औषधांकडे मी जास्त सकारात्मक नजरेनं पाहू लागले.

आईला एकदा झालेला कॅन्सर थोडा बरा व्हायचा, आई त्यातून बाहेर आली आहे असं वाटायचं, की पुन्हा तो कॅन्सर दुसरीकडे व्हायचा! अशी आईने कॅन्सरशी आठ वर्षे झुंज दिली. ती आठ वर्षे आम्ही सगळे जगलो. प्रत्येक क्षण अन् क्षण मोलाचा आहे, ही किंमत मनात ठेवून जगलो. आईच्या कॅन्सरच्या काळात बाबानं आईची इतकी छान काळजी घेतली, की बस्स! एक पाहत राहावं असं जोडपं. एक खूप छान समजूतदारपणा, एकमेकांत मिसळून जाणं आणि एकमेकांसाठी जगणं, असं सर्व काही दिसणारं मोकळ्या मनाचं जोडपं.

आईला 'वैष्णव जन तो तेणे कहिये,' हे प्रसिद्ध भजन खूप आवडायचं. त्यामुळे आई रोज सकाळी ती कॅसेट ऐकायची. आईच्या वृत्तीलादेखील हे भजन तंतोतंत जुळायचं. परपीडा जाणणारी, सज्जन, निःस्वार्थीपणाने काम करणारी व्यक्ती, सत्याला धरून असणारी आणि असत्याचा राग असणारी व्यक्ती, अशी या भजनातली अनेक विशेषणं आईसाठी लागू होती. नंतर नंतर मीच ते भजन म्हणायला लागले. व्यवस्थित तंबोरा लावून. खमाज रागाचे सूर लावून. मग लताबाईंची कॅसेट मागेच पडली. आईला कॅन्सर झाल्यावर तर मी अजूनच मनापासून, जीव लावून गायला लागले. मनात खूप वाईट वाटत असायचं. तेव्हा त्या भजनाचा अर्थ वेगळ्या अंगाने समजू लागला. दर बुधवारी मी आईबरोबर मुक्तांगणला जायचे, तेव्हा आंतरदीप प्रज्ज्वलन या कार्यक्रम ।आधी मी हेच भजन गायचे. नंतर मुक्तांगणची कॅसेट काढली, त्यामध्येसुद्धा मी तेच गायले. मग मी ज्या बुधवारी नसायचे, तेव्हा माझी कॅसेट लावली जायची. पुढे नंतर नंतर आईचा आवाज बारीक झाला होता. तिला घशाजवळ कॅन्सरची गाठ झाली होती. घशाला व्यायाम व्हावा म्हणून ती बाबाबरोबर रोज हळूहळू 'सा रे ग म प ध नी सा' सूर लावायची. माझ्याबरोबर वैष्णव जन गुणगुणायची. ती हॉस्पिटलमध्ये असताना, तिची केमोथेरपी चालू असतानाही मी म्हणायचे.

१० फेब्रुवारी १९९७ या दिवशी आई आम्हा सर्वांना सोडून गेली. संध्याकाळी आईचा देह घेऊन आम्ही घरी आलो, तेव्हा पत्रकारनगर माणसांनी खचाखच भरलं होतं. तरीही कमालीची शांतता होती. आईचा देह नेण्यापूर्वी आम्ही माझ्या आवाजातली वैष्णव जनची कॅसेट लावली, तेव्हा तर सर्वांनाच भरून आलं

आणि या गाण्यातला सूर न् सूर, शब्द न् शब्द आणि त्या पलीकडचंही बरंच काही, विशेषतः आईचं आयुष्य, तिचं काम, तिचा वैयक्तिक संघर्ष आणि आजाराशी संघर्ष हे नव्यानं दिसू लागलं.

आई आम्हाला सोडून गेली... घर तिच्या आठवणींनी भरून गेलं. मनं तिच्या आठवणींनी भरून आली. एकीकडे खूप दुःख होतं, पण एकीकडे जाणवत होतं, की आपण फार रडत नाही आहोत! आणि मग लक्षात आलं, की आईने आधीपासूनच सगळ्या घराला छान ट्रेन केलंय! आलेल्या प्रसंगाला तोंड द्यायला शिकवलंय. सकारात्मक विचार घेऊन जगायला शिकवलंय. एक खूपच मोठी आणि स्ट्राँग ऊर्जा ती आपल्या सर्वांसाठी सोडून गेली आहे. तिच्या असंख्य शिकवणी, ज्या तिनं अप्रत्यक्षपणे दिल्या आहेत, त्या आपल्या मनभर पसरलेल्या आहेत, त्या वर येत आहेत. हे सगळं जाणवत होतं, तेव्हा नव्यानं साक्षात्कार झाला, की आई आपल्याला सोडून गेली नाही. तिच्या शिकवणी, तिचे विचार, तिचे संस्कार हे कायम राहणार आहेतच आणि हे फक्त घरच्यांच्याच बाबतीत नव्हतं, तर सगळे नातेवाईक, मित्रपरिवार, तिचे पेशंट्स, मुक्तांगण मित्र या सर्वांमध्ये ते होतं.

खरं तर, मी बाबासारखी अघळपघळ जास्त होते; पण आई गेल्यावर तिचे विचार डोक्यात इतके गच्च बसले होते, की मी तिच्यासारखी व्यवस्थित होऊ लागले. अनेक गोष्टी शिस्तबद्धतेने तिच्यासारख्या करणं सुरू केलं. नंतर रुखरुखसुद्धा वाटली, की या चांगल्या सवयी आपण ती असताना का लावून घेतल्या नाहीत!

आई गेल्याच्या दुसऱ्या दिवसापासून माझी ताई मुक्ता मुक्तांगणला जायला लागली. मुक्तांगणचं काम ताईनं खूपच छान पेललं. नुसतं पेललंच नाही तर ते खूप वाढवलं आणि एका वरच्या स्तराला नेऊन पोचवलं. आई असताना ताईनं पाच वर्षे तिच्याबरोबर काम केलंच होतं. त्याचं बारकाईनं निरीक्षणही केलं होतं. त्याचा तिला खूप फायदा झाला आणि मी आधी लिहिल्याप्रमाणे आईचे विचार, आईची नजर तिच्याबरोबर होतीच. शिवाय बाबा आणि मुक्तांगणचा स्टाफसुद्धा तिच्याबरोबर होता.

आईला जाऊन आता वीस वर्षे झाली. ती गेल्यावर अर्थातच खूप काही घडलं, पुलाखालून पाणी गेलं; पण तिच्या आठवणी, तिचे विचार हे तितकेच स्ट्राँग राहिले. किंबहुना अधिकच घट्ट बनत गेले. माझ्या मनात रुखरुखसुद्धा राहिली. कारण आई गेल्यावर माझ्या आयुष्यातल्या बऱ्याच महत्त्वाच्या घडामोडी झाल्या. पराग आणि

मी विवाहबद्ध झालो. नशिबाने, तिला परागबद्दल आणि या लग्नाबद्दल व्यवस्थित माहीत होतं. परागचं आणि माझं नातं मस्तच जमून आलं आणि आम्ही भारतात आणि युरोपमध्ये आयुष्य खूप एन्जॉय केलं. परागच्या पुढाकारामुळे माझी ब्रेन सर्जरी झाली आणि मी एपिलेप्सीतून पूर्ण बरी झाले. तो माझा आयुष्यातला एक खूप मोठा टर्निंग पॉइंट ठरला आणि जसं काही माझा पुनर्जन्मच झाला.

मी एपिलेप्सी सपोर्ट ग्रुप सुरू केला, त्या विषयातलं शिक्षण घेतलं आणि एपिलेप्सी या विषयातली खूप मोठी चळवळ उभी केली. मला जगण्यासाठी एक सुंदर दिशा मिळत गेली. या क्षेत्रातले खूप मानाचे पुरस्कार मिळवले; पण तरी मनात एक खूप मोठी हुरहूर ही कायमचीच राहिली, ती म्हणजे माझं हे नवं रूप बघायला आई नाही. कारण आई होती, तेव्हा मी सतत एपिलेप्सीमुळे आजारी असायचे. ती भीती सगळ्यांच्या मनात असायची. माझं पुढे काय होणार, ही चिंता आईच्याही मनात असायची; पण तरीही आई तिचे विचार आणि तिचं अस्तित्व ज्या तऱ्हेनं आमच्यासाठी सोडून गेली, त्यामुळे सतत आई आताही आपल्याबरोबर आहेच, असंच वाटत राहिलं. आईकडून आलेली अतिशय आनंदी वृत्ती आपल्यात आहे. तिच्याकडून आलेली जगण्यातली एक निर्भरता आपल्यात आहे आणि त्यामुळेच ही रुखरुख किंवा दुःख करायला आपल्याला फुरसत नाही, हे जाणवत गेलं. शेवटी जाण्यापूर्वी ती - मी ताई आणि बाबा - आम्हा तिघांवर तिची सावली सोडून गेलीच आहे!

आई माणसांना बरोबर घेऊन जगली. कुटुंबांमधले मतभेद दूर करत जगली, म्हणूनच आज मला आठवतोय तो किशोरीताईंचा भूप. किशोरीताई जितक्या अविस्मरणीय गायल्या, सुरांना जमवत, सहेल्यांना जमवत, सुरांचं पेंटिंग करत गायल्या, तशीच आई माणसांना जमवत, त्यांची नाती सुंदर करत आणि चांगुलपणा पसरवत, खूप उत्स्फूर्ततेने जगली.

म्हणूनच परत परत शब्द आठवतात : सहेला रे, आ मिल गाये; सुप्त सुरन के भेद सुनाये. जनम जनम को संग न भुले; अब के मिले सो बिछुड न जाये सहेला रे...

अम्मा... माझं कुटुंब

सखी गोखले, अभिनेत्री

वडील न्यायमूर्ती, आई पीएच.डी., एक भाऊ ख्यातनाम सामाजिक कार्यकर्ता आणि दुसरा आरबीआयमध्ये वरिष्ठ अधिकारी.. अशा उच्चपदस्थ कुटुंबातले धाकटे अपत्य म्हणजे माझी आई. तळ्यातल्या देखण्या पिल्लांतले कुरूप, वेडे पिल्लूच जणू! कुरूप, वेडे अशासाठी, की बौद्धिक संपदेचा वारसा लाभूनही अम्माने तिच्या शिक्षणाला प्राथमिकता दिली नाही. खरे तर, जीवनातील खडतर काळाचा सामना करण्याची वेळ येईस्तोवर कधीच तिच्या आवडत्या यादीत शिक्षणाचा समावेश नव्हता.

एक काळ असा होता, की अभिमानसंपन्न गृहिणी असलेली आणि कधी कधीच अभिनेत्रीचे वस्त्र पांघरणारी माझी आई आदर्श आयुष्य जगत होती. तिच्याकडे मी होते, जिचे संगोपन करण्यामध्ये तिला दिवस अपुरा पडे आणि एक कर्तबगार व संवेदनशील पती होता... पण दुर्दैवाने तिच्या आयुष्यातील हा टप्पा फारच अल्पजीवी ठरला. माझ्या बाबाने शेवटचा श्वास घेतला, तेव्हा चेन्नईला त्याचे शूटिंग चालू होते.

आम्ही दोघी त्याच्यासोबत होतो. तो शांतपणे कायमचा झोपी गेला; पण माझ्या आईची झोप मात्र पुढील अनेक वर्षांसाठी कायमची हरवली !

त्यावेळी आईजवळ होते पतीनिधनाचे तीव्र दु:ख आणि सोबतीला तुटपुंजी बचत आणि ढीगभर कर्जही. त्या दिवसाने आईला पूर्णपणे बदलवून टाकले, असे की ज्याचा विचार कोणीच केला नव्हता. आई माझ्या आजोबांच्या खंबीर आधाराने जिद्दीने स्वत:च्या पायांवर उभी राहिली आणि आज आम्ही जिथे आहोत, त्या स्थानी पोचली. त्या वेळी मिळेल ते काम तिने स्वीकारले, कित्येक मैल प्रवास केला, टीव्ही मालिका, नाटक आणि चित्रपट या तिन्ही माध्यमांमध्ये समर्थपणे व सातत्याने काम करत तिने अभिनय क्षेत्रात स्वत:चे अढळ स्थान मिळवले आणि त्याबरोबरच प्रशंसाही! मला सर्वाधिक आश्चर्य वाटते ते तिच्या समर्पिततेचे आणि सच्चेपणाचे, ज्याचे प्रतिबिंब तिने जे काही हाती घेतले त्यामध्ये पडलेले दिसते. तिची प्रत्येक भूमिका, मग ती मोठी असो किंवा छोटी, त्यामागे तिचा प्रचंड अभ्यास असतो. आई प्रत्येक भूमिका इतक्या वास्तव पद्धतीने करते, की जणू ती भूमिका हेच तिचे व्यक्तिमत्त्व असावं.

मी बोर्डिंग स्कूलमध्ये वाढले. मला शहराबाहेर शिकायला ठेवावे, असा शहाणपणाचा सल्ला माझ्या आईला मिळाला. पण या निर्णयासाठी तिला अनेकांची टीका व टोमणे ऐकून घ्यावे लागले, गैरसमजांचे धनी व्हावे लागले; पण सुदैवाने ती तिच्या भूमिकेवर ठाम राहिली. सह्याद्री पर्वतरांगांतील तिवई हिल्स येथे वसलेल्या जे. कृष्णमूर्ती यांच्या सह्याद्री स्कूलमध्ये मी शिकू लागले. डोंगररांगांमागे होणारा सूर्योदय, पक्ष्यांचा किलबिलाट, भीमा नदीचा टेकडीवरून खाली झेपावणारा प्रवाह पाहत जगातल्या निरनिराळ्या भागांतील विद्यार्थ्यांबरोबर मी वाढले. माझी शाळा पर्यायी शिक्षणपद्धती आणि मूलत: जे. कृष्णमूर्ती यांच्या तत्त्वज्ञानाच्या पायावर उभी असल्याने एरवी मला जे कधीच दिसू शकले नसते, अशा जगाची दारे शाळेने माझ्यासमोर उघडली.

ही सारी वर्षं मी माझ्या आईपासून दूर राहिले. प्रत्येक वर्षी सुट्टीचे दोन महिने आणि प्रत्येक सत्रात शाळेने नेमून दिलेल्या भेटायच्या वेळेत जेव्हा ती मला भेटायला येई, तेव्हाच मी आईला पाहिले. एरवी आम्ही एकमेकींना पत्रांतून भेटत असू. माझी आई माझ्यासाठी प्रसन्न गडद रंगाची पाकिटे घेत असे आणि त्यावर मी सगळीकडे डूडल्स काढत असे. ती मला सुवाच्च अक्षरांत व मोजक्या शब्दांत पत्र पाठवे आणि माझी

पत्रे अनावश्यक माहिती आणि मजकुराने भरलेली असत. अनेकदा मी पत्रात सुकलेले फूल किंवा एखादा बुकमार्क (खरे तर, पाकिटात जाऊ शकेल, असे काहीही), तिला माझी आठवण म्हणून पाठवत असे. उत्तरादाखल तिच्याकडून भेटवस्तूंची मोठमोठी पार्सल्स येत असत. असा संवाद, असे पत्र पाठवणे, ती ते वाचत आहे, अशी कल्पना करणे आणि रोज मेलबॉक्स तपासून तिच्या उत्तराची वाट बघणे मला फार आवडत असे. जीवनाकडून आणखी काही मागावे, अशी इच्छा त्यामुळे आम्हाला कधी झाली नाही.

कित्येकजण मला विचारतात, की आम्हा दोघींमध्ये कधी मतभेद का होत नाहीत? याचे कारण म्हणजे एक तर तिने मला मोठ्यांचा आदर करायला शिकवले, हो आणि दुसरे कारण असे की आम्हाला दोघींना एकमेकींबरोबर मिळत असलेल्या थोड्याशा वेळात मी तिच्या सोबत राहण्यासाठी आसुसलेले असायचे,

होस्टेलवर राहण्याचा आणि त्यानंतरचा सर्व काळ आणि माझे सारे बालपणच माझी आई लावत असलेल्या ब्लू वॉटर किंवा डेव्हीड ऑफ अत्तराच्या सुगंधाशी तसेच धुपाचा वास, शुभंकरोती, रामरक्षा आणि हनुमानचालिसाशी जोडलेले आहे. याची उपयुक्तता काय, याबद्दल मी तिला अनेकदा प्रश्न केला तरी तिची त्यावर अढळ श्रद्धा आहे. माझ्या आग्रहाखातर तिने केलेले चिंचगुळाचे वरण आणि टोमॅटोची भाजी, मी रात्री झोपी जात असताना अंधारात माझ्याजवळ येणारी तिची आकृती, तिचा वत्सल स्पर्श, माझे कपाळ चेपून देणारी तिची बोटे... सारे काही तिच्याच आठवणींशीच निगडित आहे. मला सांगायला आनंद होतो, की तिने केलेल्या हेड मसाजची आवड हा मला माझ्या वडिलांनी दिलेला वारसा आहे.

तिचे पुस्तकांवर असलेले पुत्रवत प्रेम माझ्यातही संक्रमित झाले आहे. तिला थोडा जरी मोकळा वेळ मिळाला, की तिच्या हातात एकतर एखादे नवीन पुस्तक असते किंवा एखादे जुनेच पुस्तक ती पुन्हा वाचत असते. तिच्या प्रत्येक पुस्तकाच्या पहिल्या पानावर ती काही ना काही संदेश लिहिते. घरातल्या कितीतरी पुस्तकांवर माझ्या वडिलांच्या आणि तिच्या एकत्रित स्वाक्षऱ्या आहेत. जेव्हा मी घरातले एखादे पुस्तक उचलते आणि त्यावर 'मोहन आणि राणी, १९९२, विमानतळ' किंवा 'मोहनसाठी, पुणे, १९९४' असं लिहिलेलं वाचते तेव्हा माझ्या पोटात आनंदानं गुदगुल्या होतात. त्यातील काही पुस्तके माझ्यासाठीही आहेत-'सखी, अशीच हसत आणि वाचत राहा, अम्मा, २००५'. जेव्हा जेव्हा मी ही पुस्तके उघडते आणि

त्यावर तिने किंवा बाबाने लिहिलेले संदेश वाचते, तेव्हा मला अतिशय आनंद होतो. जणू इतिहासाचा एक तुकडाच माझ्या हातात आल्याचा भास होतो.

पुस्तकांप्रमाणे आणखी एक आवड माझ्या पालकांनी माझ्यात रुजवली, ती म्हणजे शास्त्रीय संगीताची. हिंदुस्थानी शास्त्रीय संगीतावरचे माझ्या आईचं प्रेम तर माझ्यात आलेच आणि त्यात भर पडली बाबाच्या पाश्चात्य संगीताच्या प्रेमाची. मुंबईत होणाऱ्या शास्त्रीय संगीताच्या मैफलीला आई मला आवर्जून नेत असे. त्या वेळी माझ्यापेक्षा बऱ्याच मोठ्या असलेल्या खुर्चीत बसून स्टेजकडे मान उंचावून आणि डोळे विस्फारून मी पाहत असे. माझ्या शेजारी बसलेल्या आईच्या केसात माळलेल्या गजऱ्याचा वास घेत आणि तिचा पदर अंगभर लपेटून मी हळूहळू झोपी जाई. ती मला कधीच उठवत नसे. त्या गजबजाटात संगीत मला एका वेगळ्या विश्वात घेऊन जात आहे, असे तिला वाटे. मी मोठी झाले तशी खुर्चीत बसण्यासाठीची धडपड संपली, मी माझ्याच केसात माळलेल्या गजऱ्याचा सुगंध घेऊ लागले आणि त्याचबरोबर किशोरी आमोणकर, कुमार गंधर्व, भीमसेन जोशी, शोभा गुर्टू, मुकुल शिवपुत्र आणि इतर दिग्गजांचे अप्रतिम गाणे ऐकूही लागले. तरीही ऑडिटोरियममधील थंड वातावरणात रंगलेल्या त्या मैफली, आईच्या पदराची ती ऊब.. या सगळ्याची उणीव मला जाणवतेच. तिच्यातील काहीतरी अंश मी माझ्या शास्त्रीय संगीताच्या संग्रहात जपलेला आहे. ते गाणे ऐकण्याची जेव्हा जेव्हा संधी मिळते, तेव्हा तेव्हा स्मृतीतील एकेक मैफल माझ्या मिटल्या डोळ्यांपुढे साकारते.

आज जेव्हा मी माझा छोटासा जीवनप्रवास डोळ्यांसमोर आणते, तेव्हा मला आठवते, की अनेक लोक मला माझ्या आईचे बोन्साय म्हणतात आणि कितीतरी अभिमानाने मी ते स्वीकारते. पण मला ठाऊक आहे, की माझ्या आईने मला मी म्हणून जगू दिले, मला जसे पाहिजे तसे, ज्याच्यासारखे व्हायचे तसे वाढू दिले. स्वातंत्र्याचा खरा अर्थ मला तेव्हा कळला जेव्हा मला शिक्षणाच्या अनेकविध पर्यायांमधून आवडीचा पर्याय निवडतानाही रोखण्यात आले नाही... माझा स्वतंत्रपणे विकास व्हावा, या इच्छेने तिच्या मार्गदर्शनाशिवाय माझ्या ध्येयाचा पाठलाग करण्यासाठी मला प्रवृत्त करण्यात आले...ती नेहमीच ठामपणे, एखाद्या पहाडासारखी पण सावलीप्रमाणे माझ्यामागे उभी राहिली.. सावलीसारखी कारण माझ्या मार्गात ती कधीच आली नाही.

मी आज जी काही आहे, ती केवळ माझ्या आईमुळे. माझ्या जीवनप्रवासातील प्रत्येक छोटा भाग माझ्या आईने केलेल्या संस्कारांची गाथा आहे. तिचे अस्तित्वच उदार आणि खंबीर व्यक्तिमत्त्वाचे द्योतक आहे. आज मी जी अभिमानानं आणि ताठ मानेने उभी आहे, त्याला कारणीभूत आहे संगवई कुटुंबातील ते कुरूप, वेडे बदकच!

अम्मा, तू माझ्या जीवनरूपी पुस्तकात संग्रही ठेवलेले ते फूल आहेस, ज्याचा सुवास माझ्या जगण्याचा ध्यास आहे.

आई माझा गुरू...

आर्या आंबेकर, गायिका व अभिनेत्री

सर्वांचीच नाळ आईशी जोडलेली असते, त्यामुळे पोटात (गर्भात) असल्यापासूनच आई आणि मी एकत्र आहोत. आई सांगते की, ती मला ऐकू येईल अशा टिचक्या वाजवून ताल ऐकवायची. रियाजही मला सांगून, माझ्याशी बोलत करायची, सुरांची तालाची पहिली ओळख तिने मला अशी करून दिली.

माझी आई खरेच खूप प्रेमळ आहे. हळवी आहे. माझ्याच नाही सर्वांच्याच बाबतीत ; पण असे आहे की आई माझी फक्त आई नसून गुरूदेखील आहे. त्यामुळे रियाजाच्या बाबतीत ती अजिबात दयामाया दाखवत नाही. ठरावीक वेळी रियाजाला बसले नाही तर माझे काही खरे नसते. गाण्याच्या बाबतीत कुठलीही अळमटळम ती अजिबात खपवून घेत नाही. माझ्या रियाजावर कडक नजर असणारी आई रियाज झाल्यावर मात्र लगेच विविध प्रकारचे पदार्थ करून मला खूश करून टाकते. 'आज मी मस्त 'सरप्राईज' केलंय बरं का' असे ती म्हणाली की समजायचे आज जास्त वेळ चालणार आहे रियाज!

गाणं हा माझा छंद जेव्हा मी प्रोफेशन म्हणून स्वीकारला. (खरं तर न कळत स्वीकारला गेला. तो ही १३ व्या वर्षी.) त्यानंतर मात्र गायनातील बारकावे सुरेलपणाचे महत्त्व, Volume Modulation, स्वरोच्चार, शब्दोच्चार, इ. बाबतचे सखोल विचार आणि त्याबद्दलची नजर यावर तिने लक्ष द्यायला सुरवात केली. कोणत्याच बाबतीत तिला उथळपणा मान्य नाही. मग गाण्याच्या बाबतीत कसा मान्य असेल? हे झाले गाण्याचे; पण इतरही बाबतीत ती अत्यंत पद्धतशीर आहे. कपड्यांच्या घड्या घालणे असो, पुस्तकाला कव्हर घालणे असो. भाजी चिरणे, फळे सोलणे, सगळे काही नीटनेटके, सौंदर्यपूर्ण नटलेले असावे लागते तिला. उगाच वरवर उरकलेले काही नाही. सगळे अगदी मनापासून!

गाण्यात यश आणि अपयश असे मुळी नसतेच असे आई म्हणते. पहिला आणि दुसरा नंबर असे ही काही नसते. त्याआधी आणि त्यानंतर ही गानप्रवास तर चालूच राहतो. यश किंवा अपयशात गाणे अडकून राहत नाही आणि थांबतही नाही. हं, एखाद्या कार्यक्रमात आपले गाणे मनासारखे नाही झाले तरी त्यातून आपण 'डू आणि डोन्ट' शिकतोच आणि त्या बऱ्यावाईट अनुभवातूनच स्वतःच्या प्रगतीच्या दिशेने वाटचाल करत राहतो, त्यामुळे यश-अपयश याचा अर्थ आपण 'लर्निंग' असाच घ्यायचा असतो, असे आई सांगते.

आई मूळची नागपूरची आहे. ती लग्न होऊन पुण्याला आली तेव्हा तिच्या माहेरचा एकही नातेवाईक पुण्यात नव्हता. आईला तेव्हा खूप एकटं वाटायचं. त्यानंतर आईने ठरवले, की पुण्यात राहणाऱ्या सर्व आंबेकरांना दिवाळीच्या पहिल्या दिवशी सकाळी ६ ला फराळाला घरी बोलवायचे आणि ती प्रथा अजूनही चालू आहे. माझे बाबा डॉक्टर असल्याने त्यांना सोसायटीच्या मीटिंग्ज, पार्टीज, सोशल प्रोग्रॅम्सना जाता येत नाही. त्यामुळे या सर्व जबाबदाऱ्या आई पार पाडते. शेजारच्या सीमा काकूला आईच्या हातचे दहिवडे खूप आवडतात. त्यामुळे दहिवडे केले की 'हे सीमाला देऊन ये गं' म्हणत आई आवर्जून तिच्याकडे पाठवते. सोसायटीतील समस्त छोट्या मुलींना नवरात्रातील नवमीला आमच्या घरी जेवायला बोलावते. आमच्या सोसायटीत दत्त मंदिर आहे. दत्त जन्माला (दत्तजयंती) दत्तगुरुंसाठी अंगाई आईच गाते. आईच्या शिष्यांपैकी बी.ए.,एम.ए., विशारदला जी पहिली येईल तिला टायटनचे घड्याळ बक्षीस देते. मानसीताईसाठी हटकून पाणीपुरी करते. मंजु मावशीला नागपूरला ती आठवणीने हापूस आंबे पाठवते. कुमुद आजीला मध्यप्रदेशात आणि मुग्धाताईला लग्नानंतरही तिळगूळ पाठवला जातो. आईने असे जोडून ठेवलेय सर्वांना!

स्वयंपाकघरात ती विशेष रमते. प्रत्येक गोष्ट चवीने करते. बाबांना पुरणपोळी आवडते, म्हणून एका नवरात्रात नऊही दिवस तिने पुरणपोळीचा सराव केला. आता ती इतकी मऊसूत पुरणपोळी करते, की वाटतं, पुरणपोळी खावी तर तिच्याच हातची. घरातल्या प्रत्येकाच्या खाण्यापिण्याच्या आवडी जपण्याचा ती प्रयत्न करते. मला आवडतात म्हणून तिने यू ट्यूबवरून चायनीज पदार्थ शिकून घेतले. प्रबोधदादा अमेरिकेहून आला, की घरी चाटची पार्टी हमखास ठरलेली !

अशा पद्धतीने प्रत्येकाशी नातं जपण्याबरोबरच नवनवं तंत्रज्ञान आपलंसं करण्यातही ती अग्रेसर असते. मुळात ती डिजिटल इलेक्ट्रॉनिक्स विषयातील पदवीधर आहे. त्यामुळे बाजारात नवनवीन आलेली इलेक्ट्रॉनिक उपकरणे हाताळायला तिला खूप आवडतात. बीएसएनएलने सेलफोन सुरू केल्यावर लगेचच तिने आवडीने मोबाइल खरेदी केला. तेव्हा ती मुंबईला अश्विनी भिडे यांच्याकडे गाणं शिकण्यासाठी जात असे. नव्या युगातील व्हॉट्सॲप, फेसबुक यांसारख्या साधनांच्या वापरातही ती सगळ्यांच्या पुढे असते. बाबा तर तिला 'टेक्नोसॅव्ही' अशीच हाक मारतात.

नियमितपणा आणि वेळ पाळणं या दोन गोष्टींबाबत मात्र ती खूप कडक आहे. ठराविक वेळेला उठणं, रियाज, अभ्यास, गृहपाठ, मैत्रिणींबरोबर खेळणं, सगळ्या गोष्टी अगदी नियमितपणे व्हाव्यात, यासाठी ती दक्ष असते. ती नेहमी सांगते, आधी जबाबदारीने कामं पूर्ण कर, आणि मग टाइमपास कर. तिच्या या शिकवणीमुळेच मी 'सारेगमप' नंतरही शाळेतील पहिला क्रमांक सोडला नाही. कार्यक्रमही केले आणि मैत्रिणींबरोबर भरपूर खेळलेसुद्धा. रोज नियमाने थोडा थोडा अभ्यास करावा, परीक्षेपूर्वी पूर्ण तयार राहावं, म्हणजे परीक्षेत रात्र - रात्र जागरण करावं लागत नाही, आणि आयत्यावेळी दडपणही येत नाही, असं ती सांगते. याच नियमितपणामुळे मला दहावीच्या परीक्षेत ९४ टक्के गुण आणि बारावीत ८८ टक्के गुण मिळाले.

शिस्तीचा हाच नियम गाण्याबाबतीतही. आईच्या कडक शिस्तीचा कधीकधी राग येतो, पण तिच्या या संस्कारांमुळे माझ्यावर कधी फजिती होण्याचा प्रसंग आला नाही, हेही खरं ! एवढं सगळं चांगलं चांगलं सांगितल्यावर तुम्ही म्हणाल, की आईची एकही गोष्ट अशी नाही का, जी तुला आवडत नाही ? आहे ना, जेवताना कोशिंबीर खाण्याचा आईचा आग्रह सुरू असतो. तो मला अजिबात आवडत नाही. पण ती माझं या बाबतीत मुळीच ऐकत नाही....

आईशी माझं असलेलं नातं अगदी मैत्रीचं आहे. कोणत्याही.. अगदी कोणत्याही विषयावर मी आईशी खुलेपणानं चर्चा करू शकते. खरं तर, प्रत्येकालाच आपली आई स्पेशल वाटते. मलाही वाटते. कारण ती सदोदित माझ्याबरोबर असते. मला गाणं शिकवणारी, माझा अभ्यास घेणारी, कार्यक्रमासाठी जाताना माझी बॅग भरणारी, सोबत येणारी, वाढदिवसाला मैत्रिणींशी संगनमत करून बर्थ डे सरप्राइज देणारी... अशी आई कोणाला आवडणार नाही ! म्हणूनच देवाकडे मला एकच मागणं मागावंसं वाटतं, 'अशी आई मला जन्मोजन्मी मिळो!'